जे 'माणुसकी' जिवंत ठेवण्यासाठी
तमाम सुखांचा त्याग करून अहोरात्र झटले...

मनोगत

'छत्रपती शिवाजी महाराज' हे नाव घेतल्यावर काही लक्ष मुडदे जिवंत होतील. मग माझ्यासारख्या जीवित माणसाची अवस्था काय होत असेल? वयाच्या आठव्या वर्षी या असामीनं माझ्या मनाला भुरळ घातली. शिवशाहीर बाबासाहेब पुरंदरे लिखित 'राजा शिवछत्रपती' हे पुस्तक त्याला कारणीभूत आहे. वय वाढत गेले तशी विविध लेखकांची या विषयावरची पुस्तकं मिळत गेली आणि महाराजांविषयीचा आदर वाढला. कारण त्यांच्या व्यक्तिमत्त्वाची खोली आणि व्याप्ती कळत गेली. अगदी अलीकडे विश्वासराव पाटलांच्या पुस्तकाची त्यात भर पडली. मी 'भक्त' या गटात मोडणारा माणूस आहे. इतिहासातील एक महान योद्धा म्हणून महाराजांचा अभ्यास करण्याची माझी योग्यता नाही आणि कधीही नसेल. राजे माझे परमेश्वर आहेत आणि ते त्याच स्थानी राहतील.

'शिवकाव्य' ही स्फुरलेली रचना आहे. ती खचितच नियम पाळणारी कविता नाही. मी त्या नियमांचा जाणकारदेखील नाही. महाराजांच्या भक्तीपोटी मनातले गुणगान कागदावर उतरले आहे. मी इतिहासतज्ज्ञ नाही; गडकोट फिरणारा फिरस्ता नाही; गावोगावी फिरून, खस्ता खाऊन इतिहास गोळा करणारा मी

शिवकाव्य

प्रणव लेले

#AnyoneCanPublish with
सकाळ प्रकाशन

#AnyoneCanPublish with

सकाळ प्रकाशन

शिवकाव्य
प्रणव लेले, २०२५

Shivakavya
© Pranav Lele, 2025

प्रथम आवृत्ती	:	२६ जानेवारी २०२५
प्रकाशक	:	सकाळ मीडिया प्रा. लि.
		५९५, बुधवार पेठ,
		पुणे ४११ ००२
मुखपृष्ठ	:	सारद मजकूर, पुणे
मांडणी	:	अनुज आर्ट्स
मुद्रणस्थळ	:	विकास प्रिंटिंग ॲण्ड कॅरिअर्स प्रा. लि.
		प्लॉट नं. ३२, एमआयडीसी,
		सातपूर, नाशिक ४२२००७
ISBN	:	**978-93-48048-01-1**
संपर्क	:	020-2440 5678 / 88888 49050
		sakalprakashan@esakal.com

अभ्यासकदेखील नाही.

हे मी नम्रपणे नमूद करू इच्छितो. शिवकाव्य लिहिताना मला घटनांचा काळ आणि माहिती महत्त्वाची होती. त्यासाठी बाबासाहेब पुरंदरे लिखित 'राजा शिवछत्रपती' या पुस्तकाची मदत घेतली. त्यामुळे घटनाक्रम पुस्तकाशी तंतोतंत मिळतो. महाराजांच्या विश्वात प्रवेश करायच्या आधी कोणी शिवकाव्य वाचल्यास त्याला या महान माणसाची आणि त्याच्या सहकाऱ्यांची तोंडओळख होईल. मग पुढे एकसे-एक दिग्गज लेखक तुमची वाट पाहत असतील. शिवकाव्य त्या जिज्ञासेच्या वाटेवरचा एक फलक आहे.

शिवकाव्य लिहिताना नेहमीच कवी भूषण यांची आठवण आली. त्या कवीसारखी प्रतिभा मजकडे असती तर मी राजांना अधिक न्याय देऊ शकलो असतो, अशी भावनादेखील उमटली.

मी माझा उत्तम प्रयत्न हे काव्य लिहिताना केला आहे. अनेक योद्ध्यांचे प्रसंग रचताना स्वतःची सापडलेली 'योग्यता' मला बरंच काही देऊन गेली. अनेक कविता लिहिताना अश्रू ओघळत होते, शरीराला कंप सुटला होता आणि मी लिहीत होतो. शिवाजी महाराजांच्या पराक्रमाची ती देणगी आहे. मला शिवाजी महाराजांच्या इतिहासाने खूप काही दिले. आयुष्यात आलेल्या सर्वच कठीण प्रसंगातून बाहेर पडण्याचा मार्ग राजांचा इतिहास वाचला असल्याने मिळाला.

शिवकाव्य लिहिताना ज्या काही त्रुटी राहिल्या असतील ते माझे अपयश आहे. यशाचे श्रेय मात्र राजमाता जिजाऊसाहेब, राजेश्री शहाजी महाराज, छत्रपती शिवाजी महाराज, त्यांचे वीर आणि श्री आदिमायेस जाते. 'शिवकाव्य' हा काव्यसंग्रह म्हणजे एका असामान्य व्यक्तिमत्त्वाला एका सामान्य व्यक्तिमत्त्वाने केलेला प्रणाम आहे. अधिक काय लिहू? शब्द शहारले!

निश्चयाचा महामेरू, बहुत जनांसी आधारू!
अखंड स्थितीचा निर्धारू, श्रीमान योगी!!!

– श्री समर्थ रामदास स्वामी

प्रस्तावना

छत्रपती शिवाजी महाराजांचा इतिहास म्हणजे हिंदूंनी मुसलमानांविरूद्ध दिलेला लढा असं अजिबात नाही. महाराजांचा आणि त्यांच्या सहकाऱ्यांचा इतिहास म्हणजे 'माणुसकीनं' शैतानी वृत्तीला दिलेला तडाखा आहे. त्याकाळी शैतानी वृत्ती फोफावली होती आणि सर्व धर्मांची माणसे त्याला बळी पडली होती. ज्या राजसत्ता अशा वृत्तीला खतपाणी घालत होत्या, अशा लोकांना नेस्तनाबूत करण्याचा महाराजांनी चंग बांधला होता. स्वराज्याचा शुद्ध हेतू केवळ आणि केवळ 'बळी तो कान पिळी' ही प्रथा मोडून काढण्याचा होता. सर्व प्रयत्न संपल्यावर सर्व राजकारणी धर्माचे शस्त्र उपसतात. ते औरंगजेबानंदेखील उचललं आणि नको त्या गोष्टी तो करून बसला. औरंगजेब कितीही राजकारणी म्हणून उत्तम असेल पण त्याची भलावण करणे म्हणजे माणुसकीची 'थट्टा' करण्यासारखे आहे.

महाराजांना हिंदू धर्माचा (जगण्याची पद्धत) व्यापक अर्थ ठाऊक होता. आणि म्हणूनच इतर धर्मांच्या सज्जनांना त्यांनी ओरखडादेखील दिला नाही. हिंदू विचार हा या मातीचा विचार आहे. इथल्या भौगोलिक वातावरणाशी निगडित गोष्टीतून तो आला आहे. बाहेरून आलेला त्रस्त मनुष्य सामावून घ्यायची ताकद या

विचारामध्ये आहे. उगाच का सुफी परंपरा इथे बहरली? उर्दू भाषेचा जन्म झाला? उर्दू स्वीकारलीदेखील गेली.

प्रेमाचा खरा अर्थ या भूमीनं शोधला आहे. कैक वीरांची आणि विचारवंताची देणगी या 'हिंदू' भूमीस आहे. वीर आणि विचारवंत याचे योग्य मिश्रण म्हणजे आपल्या सर्वांचे लाडके छत्रपती शिवाजीराजे. त्यांना एखाद्या जातीत अडकवणे हा गुन्हा आहे.

महाराजांवर काव्य लिहिताना आणि प्रकाशित करताना प्रचंड दडपण होते आणि आहे कारण राजांचे व्यक्तिमत्त्व फार महान आहे. माझे शिवकाव्य ही तोंडओळख आहे. ते राजांच्या इतिहासाचे एक पान आहे.

महाराज माझे 'गुरू' आहेत. त्यामुळे 'शिवकाव्य' हा 'गुरूमहिमा' आहे.

शिवकाव्य लिहून झाल्यावर संत कबीरांच्या दोह्यांचा मला उमजलेला अर्थ मराठीतून सांगायचा प्रयत्न मी चालू केला आहे. आदिमायेच्या कृपेनं तोही पूर्णत्वास न्यायचा मी प्रयत्न करणार आहे. 'शिवकाव्य' लिहिल्यानंतर मला एक अपूर्णता जाणवली. ती का जाणवली याचे उत्तर मला संत कबीरांच्या एका दोह्यात सापडले.

सब धरती कागज करूँ, लेखनी सब बनराय।
सात समुद्र की मसि करूँ, गुरूगुण लिखा न जाय।।

पृथ्वीचा केला कागद, वृक्षांचा केला बोरू।
सप्तसमुद्र होती शाई, अवर्णनीय ते गुरू।।

अनुक्रमणिका

⟨१⟩

शालिवाहन शके १५५१,
फाल्गुन वद्य तृतीया, शुक्ल संवत्सर

भोसलेकुळी पुत्ररत्न जन्मले,
शिवनेरीचे पाणी तृप्त झाले,
पुण्यात्मे आनंदून स्वगृही परतले
जिजाऊंच्या नेत्री आनंदसोहळे भरले,

जगदंबेचा वंश वाढीस लागला,
साक्षात शिवाने जन्म घेतला,
बाल 'शिवाजी' ने पहिला टाहो फोडला
सह्याद्री आनंदाने हर्षभरित जाहला...

मग्रूर सुलतानांकडे बघून काशीविश्वेवर हसला,
सोमनाथी पिंडीवर आज पुन्हा अभिषेक झाला,
तीर्थक्षेत्रांना सोने अर्पायला कुबेर परतला,
खंडोबाचा भंडारा गगनासी भिडला...

बुद्धिबळाचा डाव मरहट्ट्यांकडे झुकला,
लांडग्यांनो, आजपासून सावधपणे चाला,
कारण तुमच्या अरण्यात आज 'शेर शिवबा' जन्मला...

शौर्याचे स्फुल्लिंग मनी चेतवुनी, शिवबा घडू लागला,
शिवनेरीकडून पुणे जहागिरी मार्गस्थ जाहला
उजाड पुण्यावर सोन्याचा नांगर फिरवला
सकल मंदिरांच्या कळसांवर भगवा फडकला.

सर्व शास्त्रांचा अभ्यास बारकाईनं चालू झाला,
पुणे मावळात जिजाऊंचा दरारा वाढला,
जेधे, पासलकर, कोंडदेव सारे मदतीला,
अठरापगड जातींची पोरं शिवबाच्या साथीला!

उपवर शिवबांचा विवाह संपन्न जाहला,
नाईक-निंबाळकरांच्या सईबाई लालमहाली विराजल्या,
सूनमुख बघुनी माँसाहेब आनंदाने गदगदल्या!

स्वराज्याचा मंत्र शिवबाभोवती घुमू लागला,
तो देखणा 'तोरणा' नजरेत भरू लागला!

अशक्य ते सहज शक्य केले,
तोरणा जिंकून 'स्वराज्य' स्थापिले!
तीनशे वर्षांचे जोखड फेकून दिले!

मुरूंबगडाचे 'राजगड' असे नामकरण केले,
तोरणा सावरताना जे धन सापडले,
राजगडाच्या बांधकामी ते मदतीला आले,
'सुराज्य' म्हणूनच त्यास संबोधले!

'कुवारीगड' अगदी सहजच स्वराज्यास जोडला,
बादशहाने दुर्लक्षिलेला तो हर एक गड,
आमच्या शिवबानं अलगद ताब्यात घेतला!

बारा मावळांत आई जगदंबेचे राज्य अवतरले,
त्यागाचे महत्त्व सर्वांस कळून चुकले.
भगवे झेंडे सर्वत्र कसे दिमाखात झळकले,
शिवबाचा 'छत्रपती शिवराय' व्हायचे पक्के जाहले!...

दगाफटका

स्वराज्याची घौडदौड चालू झाली,
मराठी फौज नवनवीन किल्ले घेऊ लागली,
'जावळी' आपसूक छत्राखाली आली,
कोंढाण्यावर जत्ती एका माणसानिशी झाली,

शिरवळ किल्ल्यावर विजयश्री मिळाली,
बादशहाची अखेरीस झोप उडाली!
'महावृक्ष' होण्याआधीच छाटणी गरजेची झाली!

शहाजीराजे बंगळूरी असणे धोक्याचे बनले,
अखेरीस बादशहाला हवे ते गवसले,
भोसल्यांचे शत्रू आपसूक एकवटले,
मुस्तफाखानानं 'गोड' बोलून शहाजीराजांना फसवले,
बाजी घोरपडेनं 'बेशुद्ध' राजांना कैद केले!

कडू बातमी 'राजगडाला' काही केल्या गिळवेना,
माँसाहेबांचे अश्रू काही केल्या थांबेनात,
शिवरायांना आता स्वस्थ बसवेना!

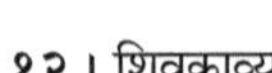

प्रतिडाव (सुभानमंगळ)

शहाजीराजांना अटक झाली,
अन् विजापुरी आनंदाची उकळी फुटली,
फत्तेखानाची फौज स्वराज्यावर धाडली,
थोरले बंधू संभाजीराजांवरदेखील संकटं कोसळली,
'स्वराज्याची' ज्योत वावटळात सापडली!

'स्वराज्य की सौभाग्य' नशिबाचा करडा सवाल आला,
माँसाहेबांनी उत्तरासाठी आई भवानीकडे पदर पसरला,
शिवरायांवर मोठाच पेचप्रसंग उद्भवला!

आऊसाहेबांनी शिवबाला आदेश दिला,
फत्तेखानाशी झुंजीचा इरादा पक्का झाला,
पुरंदरचा म्हातारा किल्लेदार राजांना मिळाला,
आईभवानीचा उदंड आशीर्वाद राजांना लाभला,
पुरंदरावर 'वाघ' सावजाची वाट पाहू लागला!

शिरवळीचा सुभानमंगळ घेणे गरजेचे बनले,
गोदाजी, भिकाजी, भैरोजी,
भीमाजी, संभाजी अन् इंगळे,
किल्ला घ्यायला लागलीच तयार झाले,

भुईकोटाचे दगड रेड्यांच्या धुशीत कोसळले,
सुभानमंगळावर झेंडे फडकले,
अन् मावळ्यांमध्ये हजार हत्तींचे बळ आले!

प्रतिडाव (पुरंदर)

गनिमी काव्यानं फत्तेखान हैराण झाला,
चिडून पुरंदरच्या दिशेने धावत सुटला,
आई भवानीसाठी बोकड स्वतःहून आला!

पुरंदर चढायची शर्थ हर एक आदिलशाही करू लागला,
वरून आगीचा अन् धोंड्यांचा वर्षाव चालू झाला,
कऱ्हेपठाराचा परिसर किंकाळ्यांनी दणाणला!

बड्या आदिलशाही वीरांचा पाडाव झाला,
फत्तेखानाच्या फौजेचा धीर खचला,
फौजेतला प्रत्येक वीर शत्रूवर तुटून पडला,
मूठभर मुंग्यांनी हत्तीला लोळवला!

विजयाला दृष्ट लागू नये म्हणून आमचा बाजी (पासलकर) पडला,
आधारवडाच्या जाण्यानं शिवाजी राजा हळहळला!

संभाजीराजांनी (थोरले बंधू) फर्दादखानास बंगळुरात चिरडला
जिजाऊंच्या प्रसूतीवेदनांवर 'अशक्य विजयाचा' उतारा झाला,

आदिलशाहीला 'कोहस्तानी' वाघांचा तडाखा जाणवला!

तीर्थरूपांची सुटका

विजापुरी सैन्याचा फडशा पाडला,
बराच मुलूख ताब्यात आणला,
वडिलांच्या सुटकेचा प्रश्न तेवढा उरला
चिंताक्रांत वारा राजगडी सुटला!

दिल्लीची सेवा करायचे राजांनी ठरवले,
शहाजीराजे अन् शिवराय दिल्लीला मिळाले,
विजापूरचे संपणे पक्के बनले,
विचारानेच आदिलशहाचे ठोके चुकले
शहाजीराजांना सन्मानपूर्वक सोडणे फक्त उरले!

अठरा वर्षीय शिवबाने आदिलशहास जेरीस आणले,
तीर्थरूपांच्या तात्काळ सुटकेत ते दिसून आले,
आनंदी क्षणाला पुनःश्च गालबोट लागले,
कोंढाणा परत देण्यास वडिलांनी फर्माविले!

शिवरायांच्या अंगाची लाही-लाही झाली,
वडिलांनी 'ऐसे करावे' याची खंत वाटली!

जिजाऊंनी पितृ-आझेचे महत्त्व शिवबास समजावले,

वडिलांपुढे कोंढाण्याचे महत्त्व क्षुल्लक दाखवले,
आदिलशहाने शहाजी राजांना विजापुरातच ठेवले,
महाराजांना तूर्तास 'शांत' बसणे गरजेचे बनले!

स्वराज्याचे महत्त्व

मरहट्ट्यांचे स्वराज्य नक्की होते केवढे?
पंचवीस कोस लांब अन् बारा कोस रूंद एवढे!
जरी होते ते इवलेसे,
न्यायाचे राज्य तिथे वसे!

कुठे धरण आणि कुठे गडाची डागडुजी,
कुठे जमीन लागवडीखाली,
मुक्त चरत होत्या गायी!

तंटे गोतसभेच्या साक्षीने सुटत होते,
कुठे राजे खुद्द न्यायनिवाडा करत होते!

दरोडेखोरांचे धाबे चांगलेच दणाणले,
बलात्कार्‍यांचे हात-पाय लागलीच तुटले,
साधू-महंतांना आनंदाचे भरते आले,
स्वराज्य म्हणजे 'सुराज्य'
हे सर्वांना आता कळून चुकले,
भलेभले देशमुख महाराजांना मिळू लागले,
स्वराज्यासाठी सुख त्यागू लागले!

स्वराज्य हळूहळू वाढू लागले!

जावळीचा चंद्रराव बिघडला

जावळीचा चंद्रराव चांगलाच माजला,
बलात्कारी 'रंगो वाकडे'ला जावळीत लपवला!

जेध्यांच्या रोहिडेखोऱ्यावर चाल करून गेला,
आगीत तेल म्हणून पाटलांना कापून काढला!

प्रताप, हणमंत अन् चंद्रराव स्वतःला जावळीचे वाघ समजू लागले,
नसलेल्या नखांना 'वाघनखे' समजून बसले,

राजांच्या पत्राला उर्मट उत्तर दिले,
"येता जावळी, जाता गोवळी!"
"भेटीस येवोन हुजूरची चाकरी करणे!
इतकियावरी बदफैली केल्यास मारले जाल!"- महाराज गुरकावले!

अहंकाराच्या नशेत मोरे बरळले,
"जावळीस येणारच तरी यावे!
दारूगोळी महसूद आहे!"
वाघ आणि शेळीतला फरक समजावणे गरजेचे झाले,

वीज कोसळावी तसे महाराज जावळीवर कोसळले
चंद्रराव रायरीकडे, प्रतापराव विजापुरी निसटले
अन् हणमंतराव कापले गेले!

'मुरारबाजी देशपांडे' नावाचे रत्न तिथे राजांस गवसले,
उत्पन्नाचे चांगले मुलुख स्वराज्यास जोडले गेले!

⬡ **१**

रायरीचा झाला रायगड

दौलताबादहून रायरी दहापट मोठा होता,
कैलासाशी झुंज घेईल एवढा उंच होता!

रायरीचा हर एक दगड आजही अतृप्त होता,
देवांचा देव 'महादेव' अजूनही आला नव्हता!

भगोडा चंद्रराव(मोरे) रायरी गडात लपून बसला,
 पकडायला 'महादेव' दाखल झाला,
रायरी महादेवाला बघून रोमांचित झाला,
कणाकणांतून शिवआराधना करू लागला,
महिन्याभरानं चंद्रराव जेरीस आला,
महाराजांनी रायरीचा पसारा बघितला,
महादेवाच्या पदस्पर्शाने रायरी समाधिस्थ जाहला,
शिवाने राजधानीसाठी गड पक्का केला,
रायरीचा अखेरीस 'रायगड' झाला,
'शिव' अखेरीस 'कैलास' पर्वताकडे आला!

संभाजी मोहिते

तिमाजी (कुळकर्णी) तडक बंगळुरात गेला,
शहाजीराजांना अन्यायाचा पाढा वाचून दाखवला,
संभाजी मोहितेंच्या जुलूमाचा आवाका वाढला,
तिमाजी त्यांच्या हातात सापडला!

मोहित्यांशी नाते फार नाजूक होते,
शहाजीराजांचे ते सख्खे मेव्हणे होते,
शहाजी राजांच्या आज्ञेवरून तिमाजी राजांकडे आले होते,
फिर्यादीचे पत्र येण्याआधीच शिवराय सुपे परगण्यात होते,
परगणा स्वराज्यात यावा असे कैक दिन मनी होते!

दिवाळीचा 'पोस्त' सावत्र मामाकडे मागितला,
भाच्याचा बेरकीपणा मामानं ओळखला!
मामाने विनंतीवजा आदेश साफ धुडकावला,
महाराजांनी गुंड मामाला साखळदंडात अडकवला,
परगणा ताब्यात घेऊन मामाला बेंगळुरास पाठवला!

नात्याहून कैक मोठा स्वराज्याचा मंत्र होता,
मंत्राहून राजा स्वतःला मोठा मानत नव्हता,
'स्वराज्य' याचा अर्थ फार गहिरा होता,
सामान्य गुलामांना तो न पचण्यासारखा होता!...

(संभाजी मोहिते- सावत्र मामा- शहाजीराजांच्या पत्नी
तुकाऊसाहेब यांचे सख्खे बंधू)

शहजादा औरंगजेब आणि राजे

'काळ' बादशहांपेक्षा क्रूर निघाला,
मुहम्मद आदिलशहास घेऊन गेला,
औरंगजेब निहायत खूश झाला
बिदर किल्ल्यास (आदिलशाही) वेढा घातला,
राजांनी रघुनाथांना (अत्रे) कोकणात सोडला,
दाभोळ बंदराचा (आदिलशाही) ताबा स्वराज्यात आला!

साळसूदपणे वकील डबीर यांस औरंगजेबाकडे पाठवला,
'स्वराज्य नसून दिल्लीचा भाग आहे,' असे वकील म्हणाला,
औरंगजेबाला स्वर्ग फक्त दोन बोटे उरला,
तत्काळ 'मान्यता' देऊन तसा खलिता वकिलांस दिला!

सातच दिवसात राजांनी जुन्नरवर (मुघलशाही) छापा टाकला,
सर्व खजिना काही तासांत साफ केला,
शहजादा औरंगजेब पुरता खवळला,
बड्या सरदारांना स्वराज्य संपवायचा आदेश दिला!

महाराजांनी आता नवा वकील (रघुनाथपंत कोरडे) धाडला,
'भयंकर पश्चातापाचा' मोठा आव वकीलानं आणला,
लुटलेल्या खजिन्याचा एक आणा देखील पेश नाही केला!

औरंगजेबाला राजांना 'माफ' करण्याशिवाय पर्याय न उरला,
परमपूज्य पिता (शहाजहान) अछ्यास आजारी पडला,
शिवा भोसल्याचा मनसुबा त्याने तत्काळ जाणला,
तूर्तास संयम राखून प्रिय भावांचे खून पाडण्यास तो दिल्लीस पळाला!

घोडदौड (१६५५–१६५८)

थोरले बंधू दग्याफटक्यानं कनकगिरीच्या वेढ्यात मारले गेले!
अफजलखान साथीला असून त्याने मदतीस नाकारले!

महाराज, आऊसाहेबांना अपार दुःखाने ग्रासले,
शहाजीराजांचे थोरले पुत्र स्वर्गवासी जाहले,
जयंतीबाई (पत्नी) व उमाजीराजे पोरके बनले!

जगदंबेच्या कृपेनं शिवरायांना पुत्ररत्न लाभले,
थोरल्या बंधूंचे नाव (संभाजी) पुत्रास देण्यात आले!

गोड व कडवट प्याले हेच राजांचे जीवन होते,
महादेव म्हणूनच 'हलाहल' पण सहज पचवत होते!

स्वराज्याचा विस्तार अत्यंत गरजेचा बनला,
आदिलशाहीला झटका द्यायचा राजांचा मनसुबा होता!

रघुनाथ बल्लाळ (अत्रे) दंडापुरीवर चालून गेले,
जंजिऱ्याच्या उंदराला (सिद्दी) मराठी हिसका दावून आले!

दसरा येताच स्वराज्याच्या शिलेदारांचे बाहू स्फुरले,
तुंग, तिकोना, भिवंडी, लोहगड,
राजमाची, प्रबळगड, सरसगड,
एकूण चाळीस किल्ले टाचेखाली आणले!

कल्याणमध्ये महाराज जातीने उतरले,
दुर्गाडीचा किल्ला बांधून ते माहुलीवर बरसले!
आता वेळ पोर्तुगीज फिरंग्यांची होती,
'चौल' गेल्याचे बघून जनरलच्या छातीत भरली धडकी!

उत्तर कोकण काबीज करून राजे दक्षिणेत उतरले,
ताकदीचे आरमार उभे करून समुद्रास भगवे गंध लावले!

गोमंतकाची स्वारीदेखील महाराजांना चांगलीच लाभली,
बादशहांवर विजेचे लोळ टाकायला 'भवानी तलवार' सज्ज झाली!

टीप : गोवलेकर सावंतांनी जी फिरंगाणी दुधारी तलवार
महाराजांस भेट दिली ती म्हणजेच 'भवानी तलवार'

अफजल वध

निबिड गोंडस अरण्य सारे,
संस्कृतीचे तिथे प्रसन्न वारे
निसर्गाचे ते रूपच न्यारे,
सर्वसिद्ध माऊली रोज सांगे,
निदान एकदा तरी करा नजर काढण्याचे हातवारे!

शेवटी व्हायचे तेच झाले,
रानगवे कसे झुंडीने घुसले,
अरण्याचे सारे वैभव विरले,
कालचे वाघ आज पुरुषार्थ विसरले!

तीनशे वर्ष गव्यांनी थैमान घातले,
जखमी वाघ आणि बाकी लांडगे उरले,
एका वाघीणीचे आज डोळे उघडले,
हिंदुस्थानाला 'शिववाघाचे' लेणे दिधले,
'वाघनखांची' आठवण ठेवून पोर आईला बिलगले!

कैक शतकांनी अरण्याने वाघाचे गुरकावणे ऐकले,
रानगव्यांनी लागलीच त्या दिशेला कान टवकारले,
एका रानगव्याने वाघाला संपवायचे ठरवले,
शिंगांना धार लावून वाघाच्या क्षेत्रात कूच केले!

जमेल तेवढे गव्याने अरण्याला विटाळले,
रागावर नियंत्रण ठेवून वाघाने 'जावळीत' रहायचे ठरवले,
खलबतांचे सोंग दोघांनी भरपूर आणले,

वाघाला शिंगावर उचलायचे आधीच ठरले,
स्वतःची 'नरडी' मात्र विजापुरी ठेवण्यास गवे विसरले!

भेटीचे ठिकाण वाघाने झोकात सजवले,
ऐश्वर्य बघून गव्याचे डोळे पांढरे झाले,
गळाभेटीचा तो क्षण अन् चंद्रतारे एकवटले
वाघाला दगाफटक्याच्या रक्तांचे वास आले!

गव्याने गळाभेटीत टोकदार शिंग खुपसले,
मरहट्टाच्या कातडीनं ते अलगद झेलले,
माजलेल्या गव्याला वाघनखाचे टोक लागले,
भेदक किंकाळीने आग्र्याचेदेखील दार थरथरले,
आई भवानीने महिषासुरास रक्ताच्या थारोळ्यात बघितले!

उरलेल्या गर्भगळित गव्यांना बछड्यांनी संपवले,
जिजाऊंच्या दूधाचे ऋण आज फिटले,

तुळजापुरी भगवे वस्त्र आनंदाने शहारले,
विजापुरी बुरूजांचे ढलपे पुरते पडले,
मदमस्त गव्यांना आज योग्य रितीने समजले,
दखखनचे अरण्य 'शिववाघाचे' होते!

वाघाने स्वतःमधल्या 'शिवाला' पुरते ओळखले!
बादशाहीवर आज 'तांडवाचे' ढग जमा झाले!

फाजलखान (अफजल खान पुत्र)

फाजलच्या तीर्थरूपांचा 'फाजील' आत्मविश्वास नडला,
प्रतापगडावरच थडग्याचा पुरा बंदोबस्त जाहला,
पळून जाताना फाजलच्या मागे मृत्यू लागला,
नेताजी (पालकर) 'भुतांची फौज' घेऊन मागावर आला,
महाराजांनी संधी साधून विजापुरी मुलूख लुटला,
पन्हाळगडावर अखेरीस भगवा फडकला!
रायबाग, कोल्हापूर, राजापूर, कारवार
रूस्तमेजानचा सारा मुलूख स्वराज्याला जोडला!
फाजलला रूस्तमेजान रूपानं समदुःखी मिळाला,
दहा हजार फौजेसकट त्यांना बादशहानं राजांवर सोडला!

नेताजी, खरादे, पांढरे, इंगळे, भीमाजी, गोदाजी बाह्या सरसावून थांबले,
महाराजांनी प्रत्येकास त्याचे 'सावज' हेरून दिले!
जे बापाला नाही जमले ते पुत्रास कसे जमणार होते?
सह्याद्रीची छाती फोडणे 'ऐरावताला'देखील जमले नव्हते,
फाजलखानाचे नशीब चांगले,
की 'पुन्हा' पळायला पायांत बळ होते!

'फाजील' आत्मविश्वासानं आलेले बडे सरदार,
पळण्याच्या शर्यतीत जोमानं उतरले!
दखखनी वारा त्या सर्वांना अलविदा करत होता,
भव्य 'सह्याद्री' आज खदाखदा हसत होता!

सिद्दी जौहर

आफ्रिकेमधील त्याच्या वंशाचे नाव होते सिद्दी,
जाड ओठांचे, धिप्पाड देहाचे ते होते फारच जिद्दी!

उंचापुरा, बलदंड सिद्दी विजापुरात आला,
आदिलशहाची खफामर्जी घालवण्यास तो उतावीळ झाला,
जंजिऱ्याच्या कोळी राजाला त्यांनी फसवून मारला,
जंजिरा किल्ल्याचा सिद्दी-गट स्वामी झाला,
विजापूरला सिद्दींच्या रूपानं नवा हिरा सापडला,
महाराजांवर त्याला सोडायचा बेत पक्का झाला,
अफजलपेक्षा मोठी फौज घेऊन तो निघाला!

परकीयांच्या साथीनं निघाले सारे स्वकीयाला संपवायला,
स्वतंत्र 'हिंदू' राजा त्यांना चांगलाच खुपला,
सारासार विचार करून शिवाजी राजा पन्हाळगडी पोचला!

सिद्दीला स्वराज्य सीमेवर थोपवणे इष्ट होते,
स्वतःपेक्षा रयतेचे रक्षण महत्त्वाचे होते,
अनेक मास, शिवराय आईला भेटले नव्हते
राजधर्माखातर आईनं पुत्रप्रेम लोटले होते!

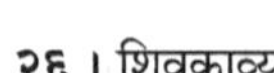

पन्हाळगडाला अखेरीस वेढा पडला,
राजांचा सावत्र भाऊ 'अंकोजी' वेढ्यात उभा ठाकला,
काही काळातच सिद्दीला गड भारी पडला
इंग्रजांच्या तोफेला बोलावण्याशिवाय पर्याय न उरला,
लबाड इंग्रजांनी स्वराज्यासोबतचा करार गुंडाळला,
हिंदुस्थानच्या राजकारणात संधीसाधूंचा प्रवेश झाला,

तोफेचा गोळा फारच कुचकामी ठरला,
शेळीनं वाघ असल्याचा आव तर छान आणला,
अखेरीस विजापूरने दिल्लीला खलिता पाठवला,
औरंगजेबाने शाइस्तेखानास राजांवर सोडला!

स्वराज्याचा भगवा दुहेरी संकटात सापडला,
इवलेसे शेत जरी, पण तुडवायला हत्तींचा कळप आला!

१६

आईसाहेब

पन्हाळगडावर आज गरूड अडकला,

अन् शाहिस्तेखान स्वराज्यात घुसला,

नांगराचा आज फाळ तुटला,

भगवा अखेरीस निस्तेज झाला

मराठ्यांनी स्वकीयांनाच कापून काढला,

मूठभर परकीयांनी देशाला गिळला,

आईसाहेबांचा जीव गलबलला,

रयतेचा आक्रोश वाढत चालला,

माऊलीनं खानाशी झगडा मांडला,

शत्रूचे लचके तोडून, बेजार केला,

शिवबा पन्हाळगडी वेढ्यात अडकला,

मांसाहेबांचा जीव अडकित्त्यात सापडला,

माय-लेकराचा जीव रयतेत अडकला,

अकरा महिने लोटले पण पुत्र नाही दिसला,

आई-भवानीचा आशीर्वाद जिजाऊंना लाभला,

त्यांच्यामुळे शत्रूशी लढा चालू राहिला!

पन्हाळ्याचा फास

चार महिने झाले, राजे गडात अडकले,
कोसळत्या पावसाचे बरसणे वाया गेले,
सिद्दीनं वेढ्याचे फास अजून आवळले,
मोगलाईनं (शाहिस्तेखान) सारे पुणे परिसर बेचिराख केले,
पन्हाळगडावरून निसटणे फार गरजेचे बनले!

महाराजांना भल्या पहाटे विलक्षण स्वप्न पडले,
तुळजाभवानीने खूप सारे आशीर्वाद दिधले,
राजे अधिक जोरकसपणे कामाला लागले,
निसटायचे कसे हे सारे कागदावर उतरले!

वकील गंगाधरपंत अखेरीस गड उतरले,
जौहरच्या चेहऱ्यावर हलके हास्य उमटले,
राजांचे 'अतिनम्र' पत्र त्याला फार भावले,
सावधान मन त्याचे खूपच सुखावले,
महाराजांच्या सापळ्यात सावज अलगद अडकले,
'बिनशर्त शरणागती' मंजूर करून पंत गडावर परतले!

ॐ १८

पन्हाळगडावरून सुटका

ठरलं, जीव धोक्यात घालून वेढ्यातून निसटायचे,
विशाळगडाचा वेढा फोडून आत जायचे,
बेत फसला अथवा दगाफटका झाला,
तर यमदूताला जाऊन भेटायचे!
राजांमध्ये एवढे बळ कुठून आले?
डाव फसला तर थेट मृत्यूला भिडायचे!

जौहरच्या छावणीत बातमीचा वणवा पसरला,
वेढ्याला आळसाचा विळखा पडला,
अंधाराला हरवायचा बेत पक्का झाला,
फौजेतला 'दुसरा' शिवाजी पालखीत बसला,
हरएक मावळ्याला त्याचा हेवा वाटला,
एका पालखीचा ताफा विशाळगडी निघाला
अन् दुसरीनं स्वर्गाचा रस्ता पकडला,
जौहरच्या छावणीत हाहाकार उडाला,
शिवाजीनं पुन्हा एकदा 'जादूटोणा' केला,
मसूदनं पेटून पाठलाग चालू केला,
अखेरीस त्याला 'पालखीचा' सुगावा लागला!
छावणीवर मोठ्या जल्लोषात 'राजांना' आणला
काही क्षणात डाव कळाला, पकडलेला मायावी निघाला,

मसूद आता भयंकर संतापला,
अन् जौहर जागीच खिळला,
दोन हजार घोडदळ अन् एक हजार पायदळ,
मसूद विशाळगडाच्या रोखानं निघाला!

पहाट झाली, पण वाटाड्या अजून नव्हता थांबला,
गजापूरची 'घोडखिंड' आली अन् मसूदचा फास रोखानं आला!

'भूतो न भविष्यति' असे संकट समोर उभे ठाकले,
राजांसमवेत फक्त होते सहाशे मावळे,
बाजींनी प्रसंगाचे अवलोकन केले,
राजांसारखे अनमोल रत्न वाचवणे गरजेचे बनले,
'तीनशे मावळे घेऊन पुढं जा' बाजी गरजले!
महाराजांचे काळीज काळजीनं फाटले!
'मी येथून हटणार नाही!' राजे स्पष्टच बोलले,
'एकसाथ लढू' म्हणून बाजींना समजावले,
आई भवानीच्या शपथेमुळे, राजे भरल्या डोळी फिरले,
विशाळगडी वेढ्याचे दिव्य बाकी उरले!

'बाजी' तीनशे भुतांबरोबर निमुळत्या घोडखिंडीत उभे ठाकले,
आकाशातले ढग अन् बाजींची तलवार दोघेही कडाडले!

बाजीप्रभू आणि वीरयोद्धे (बांदल)

मसूदची फौज होती तीन हजार,
बाजींकडे होते तीनशे तालेवार,
क्षणात केली गणिते अन् मांडला गुणाकार,
एक वार अन् दहा ठार!

सारे मावळे म्हणजे होती पिशाच्चं,
घोडखिंडीत सुटले होते वादळी वारे,
बाजींची भिंत लढत होती,
उघडत होती नरकाचे द्वार,
एक वार अन् दहा ठार!

काळेकभिन्न देह, झाले होते ओलेचिंब,
तलवारीचा वेग भयानक, कापत होते धुवाँधार
मसूद मोजत होता फौजेचा आकार,
घोडखिंडीत आज होता फक्त 'ओमकार'
एक वार अन् दहा ठार!

राजे तिकडे विशाळगडी झुंजत होते,
ऊर्जेचे ते रूप साकार,
बाजींचा दांडपट्टा चिरत होता,
दुश्मनांची गात्रे झाली चांगलीच बेजार,
एक वार अन् दहा ठार!

तीनशे कधी शंभर झाले, रात्रीलादेखील कळाले नाय,
पहाटेचा सूर्य ढगात अन् किरणे पडली थंडगार,
घोडखिंडीत वहात होती रक्ताची नदी,
निसर्गाला लाभला वेगळा साजशृंगार,
एक वार अन् दहा ठार!

घोडखिंड आज 'पावन' झाली,
तीनशेंची झुंज कामी आली,
डाव उधळला, स्वराज्य राखले,
दाखवूनी शौर्याचा तप्त अंगार,
बाजी अन् सहकाऱ्यांनी केली कमाल,
देह टाकले, पण मिटवला सैतानाचा अंधकार!
एक वार...दहा ठार!

महत्त्व तीनशेंचे अपरंपार,
'राजा' होता आमचा 'जगदंबेचा' अवतार,
जीवाची 'बाजी' लावायला सारे सहकारी सदैव तय्यार!
एक वार अन् दहा ठार!

आदरांजली

बाजी, तुम्ही कधी जिवाची चिंता केली नाहीत,
स्वर्गाची दारेसुद्धा किती सहज उघडलीत,
मज कवीकडे आज शब्द उरले नाहीत,
या अश्रूंची आदरांजली स्वीकारावी,
'पावन' शब्दांचे कित्येक अर्थ समजावलेत,
आम्हा मराठ्यांचे मुजरे घ्यावेत,
माणूस म्हणून जन्मल्याचे तुम्ही सर्वांनी सार्थक केलेत,
त्या 'सिंहासनासाठी' तुम्ही लोकांनी अपार कष्ट घेतलेत!
त्या तमाम प्रत्यक्ष आणि अप्रत्यक्ष बलिदानांना त्रिवार मुजरा!

पन्हाळा, चाकण आणि जौहर

शिवराय पन्हाळ्यावरून निसटले,
अन् शाहिस्तेखानाला नैराश्याने ग्रासले!
चाकण भुईकोटाने त्याला चांगलेच सतावले,
दीड महिना मुघलांना कोटाने झुंजवले!

शाहिस्तेखानानं किल्ल्यापर्यंत भुयार खणले,
क्षणार्धात कोट आभाळाला भिडले!
किल्ला घेणे फार महत्त्वाचे बनले,
'शिवाजी' नावाचे वादळ मुघलांच्या दिशेनं यायला लागले,

पुरे छप्पन्न दिवस मराठे टिच्चून लढले,
दख्खनच्या अरण्यात शिकार करणे मुश्कील ठरले,
राजांनी सारासार विचार करून पंतांना लिहिले,
पन्हाळगडास जौहरला देण्यास सांगितले!

जौहरवर बादशहा-सलामत तरीही रागावले,
त्याला गद्दार ठरवून मोहिमेतून काढून टाकले,
जौहरचे भ्रमिष्ट रूप कर्नाटकात फिरत बसले,

आदिलशहाने जौहरला विष कालवून मारले,
गमावला भुईकोट तरी राजानं मावळ्यांचे तोंड गोड केले,
स्वराज्याचे महत्त्व पुन्हा एकदा सिद्ध झाले,
स्वराज्यात म्हणूनच वीर जन्मू लागले!

आई जगदंबा

सर्व संकटांतून महाराज मुक्त झाले,
आदिमायेच्या दर्शनासाठी व्याकूळ झाले,
खानाचे तळ मावळ प्रांती बसले,
तुळजापुरी जाणे जोखमीचे बनले,
आई जगदंबेचे प्रतिष्ठान प्रतापगडी करण्याचे योजिले,
कल्पनेनेच महाराजांचे मन उचंबळून आले,
गोमांजी (नाईक पानसरे) यांस नेपाळी धाडले,
गंडकेच्या शिळेत मूर्ती घडवायचे ठरले!
प्राकार, देवालय, सभामंडप, सिंहासन सजले,
देखण्या मूर्तीचे त्यात आगमन झाले,
राजे अन् आऊसाहेब धन्य झाले,
स्वराज्यात चैतन्याचे वारे वाहू लागले!

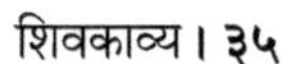

उंबरखिंड

पावसाळा संपला, ढग सरले,
शाहिस्तेखानाचे बेत शिजू लागले,
राजगडी राजांनी पुढील योजनेचे ठरवले,
राजांचे हेर खानाच्या छावणीत बेमालूम फिरले,
कारतलबखानास कोकण जिंकायचे आदेश दिले,
शिवाजीचे आरमार संपवणे गरजेचे बनले!

जोशामध्ये कारतलब होश विसरून आला,
एका वेड्याच्या सल्ल्यानं 'उंबरखिंडीचा' रस्ता पकडला!

अक्राळ अजस्र सह्याद्री खानावर विकट हसत होता,
चिंचोळा रस्ता अन् खान मोठी फौज घेऊन जात होता,
महाराजांनी तातडीनं राजगड सोडला,
मगरीचा जबडा कारतलबची वाट बघत होता!

आता जबडा मिटायची वेळ जवळ आली,
कर्णककर्कश तुताऱ्या वाजवत राजांची फौज प्रकट झाली!
कुठून अग्नीबाण अन् कुठून भाले सुटले
कुठून मावळे येऊन मुघलांच्या उरी बसले!

खिंडीच्या तोंडाशी राजे तो हाहाकार बघत होते,
हिंदुस्थानच्या पितरांची शांती ते आज घालत होते!
रायबाघनचा आता धीर पुरता खचला,

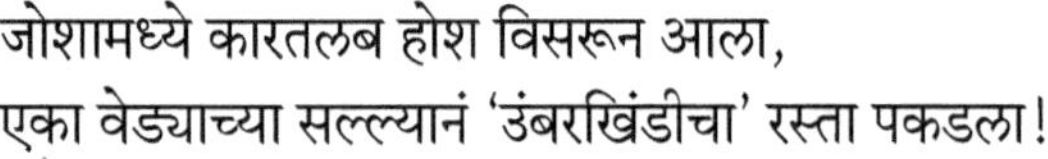

कारतलबला हात पसरायचा अमूल्य सल्ला दिला,
वकील शेपूट घालून राजांकडे आला,
राजांचं तेजस्वी राजबिंडं रूप बघून थक्क झाला,
देवकीचा कृष्ण कंसाला भारी पडला,
सह्याद्रीचा कणा अभिमानानं ताठ झाला,
जबर खंडणी वसूल करून कारतलबला सोडून दिला,
खान चक्क थडग्यातून जिवंत बाहेर आला,
शाहिस्तेखानास आज जबर दणका बसला,
परशुरामाचा फाळ खचकन छाताडात घुसला!

(रायबाघन : मुघल सैन्यातील कर्तबगार स्त्री. रायबाघन अशी औरंगजेबानं तिला पदवी दिली होती. रायबाघन म्हणजे वाघीण.)

⟨२३⟩

राजापूर

शाहिस्तेखानाला दख्खनी चपराक बसली,
अन् राजांनी जळजळीत नजर टोपीकरांकडे वळवली,
वैयक्तिक स्वार्थासाठी इंग्रजांनी सर्व वचने मोडली,
'युनियन जॅक' फडकवत पन्हाळ्यावर तोफ धरली!

शिव क्षुब्ध झाला, संतापाचा अग्नी भडकला,
'व्यापाराचे' शिक्षण द्यायचा समय आला,
राजांनी राजापूर शहरास वेढा घातला,
श्रीमंत व्यापाऱ्यांना बुलावा धाडला!

योग्य खंडणी घेऊन व्यापाऱ्यांना सोडण्यात आले,
बिन-बुलाए-मेहमान टोपीकरांना कैदेत टाकण्याचे आदेश दिले!

इंग्रजांची राजापूरची वखार साफ केली,
टोपीकरांना 'महाराज' कोण याची जाणीव झाली!
मराठी फौजांनी कोकणात अक्षरशः धुमाकूळ घातला,
तीनशे वर्षे कैदी महाराष्ट्र बादशहाच्या पकडीतून निसटू लागला!

 **अंगी भिनली होती लाचारी**

सूर्यराव (सुर्वे) बादशाही खलित्यानं हादरला,
राजांची साथ सोडून आदिलशाहीत सामील झाला!
राजांना गद्दारीचा वास नाही आला,
गुलाम बेमालूपणं मालकाला सामील झाला!

गुलामानं बेशरमेची हद्द पार केली,
स्वराज्यावर स्वतःची फौज पाठवली!
तान्हाजीनं पराक्रमाची शर्थ केली,
पिलाजीनं (नीळकंठराव सरनाईक) शत्रूस पाहून धूम ठोकली!

ते बघून तान्हाजीची शीर फुगली,
सरनाईकांची औलाद दगडाला बांधली,
'बघ लेका, अशी जिंकायची असते लढाई...'
शत्रूसैन्याला पळता भुई थोडी झाली,

राजांनी जातीनं येऊन सुभेदारांची (तान्हाजी मालुसरे) पाठ थोपटली!
लाचार जसवंतरावाच्या पालीवरी राजांची तलवार कोसळली,
क्षणार्धांत श्रृंगारपुरी (सूर्यराव) कडाडून वीज चमकली,
सूर्यराव आधीच पळाला शेपटी आत घालूनी,
महाराजांनी त्याच्या वाड्याची राख केली!

साऱ्या महाराष्ट्राला कीड लागली लाचारीची,
आमचा राजा तरी लढत होता सर्व शक्तीनिशी,
जर असते स्वकीय राजांच्या साथी,
दिल्लीला उठली असती आरोळी,
'प्रौढप्रताप पुरंदर, क्षत्रिय कुलावतंस,
राजाधिराज छत्रपती शिवाजीराजे भोसले येत आहेत सिंहासनी...'

२५ छाटलेली 'ती' तीन बोटं

विधाता अजूनही पुण्यात घुटमळतोय,
शाहिस्तेखानाची 'ती' तीन बोटं शोधतोय!
एक बेडर मर्द मराठा लाल महाली घुसला,
खानाचा आज भुताटकीवर विश्वास बसला!

नुकताच आलेला खानाचा पुत्र मारला गेला,
यमदूतांच्या सावल्यांनी डाव खास साधला!
जगाच्या इतिहासातले ते 'सोनेरी पान' होते,
शत्रूची एक लाख फौज भोवती,
अन् राजे खानाच्या शेजारी बसले होते!
खानाच्या अब्रूच्या चिंधड्या उडाल्या,
सात बोटांचा खान दाती तृण धरून पळाला!
'शिवाजी हा सैतानच',
मुघलांची समजूत झाली,
एका हिंदूमुळे (जसवंतसिंह) सारे झाले,
निष्ठावंत हिंदू दगलबाज झाले!
जसवंतसिंहाचे कोंढाणा घ्यायचे प्रयत्न चालू होते,
त्याच्या स्वप्नातदेखील नव्हते,
पण राजे काही कोसांवरून महाली जात होते
बिचाऱ्या गुलामावर उगाच आरोप केले होते!

'शास्ताखानास शास्त (शिक्षा) केली,
ते नाव आपण शास्त करून रूजू केले.'
महाराज आऊसाहेबांस म्हणाले!
अखेरीस पुण्याने मोकळा श्वास घेतला,
फौजेचा तळ लगोलग उठला,
तीन बोटांचा मौल्यवान खजिना तिथेच राहिला!

चैत्र शुद्ध अष्टमीला खानाची इज्जत पेटवली,
चैत्र शुद्ध नवमीला (रामनवमी) प्रभू रामांची पूजा केली!
औरंगजेबाचा आत्मा आजही चरफडतोय,
विधाता अजूनही पुण्यात घुटमळतोय,
शाहिस्तेखानाची 'ती' तीन बोटं शोधतोय!

खूब-सुरत

शाहिस्तेखानाच्या स्वारीनं स्वराज्याची नासधूस झाली,
फक्त 'तीन बोटांनी' ती भरून नव्हती निघाली!
भरपाईसाठी 'सोन्याची लंका' लुटायची गरज होती,
औरंजेबाची लंका सोन्यानं उतू जात होती!

राजांच्या नाकापर्यंत तिची कीर्ती दरवळली,
हुन्नरबाज हेराची (बहिर्जी नाईक) लागलीच तिकडे पाठवणी केली!
सुरत म्हणजे कुबेराच्या विश्रामाचे स्थान,
सुरतेला होता मुघल दरबारी मोठा मान!
'सुरत' म्हणजे साऱ्या विश्वाचे प्रतिबिंब,
हर एक व्यापाऱ्याचे निराळे छंद!
सुरतेचे पाणी होते अमृताहुनी गोड,
भिकाऱ्यांकडे होती रत्ने अनमोल!

बहिर्जी सुरतेहून रायगडावर पोहोचला,
'खासा लष्कर घेवून सुरत लुटावी' राजांच्या कानी कुजबुजला!
मुघली सरदार जसवंतसिंग कोंढाण्यास वेढा देऊन होता,
तीन कोसांवरून राजा सुरतेकडे जात होता!

त्र्यंब्येकेश्वरी महाराजांचा फौजफाटा थांबला,
शिवाने महादेवाचे दर्शन घ्यायचा योग जुळून आला!
'शिवाजी औरंगाबादेवर येणार' अशी खोटी बातमी पेरली,
शहजादा मुअज्जमची पाचावर धारण बसली,
कोळवण ओलांडून राजांनी दमणगंगा ओलांडली,
काही कोस दूर सोन्याची लंका निद्रिस्त होती!
सुरतेचे लक्ष्मीपुत्र साखरझोपेत होते,
साक्षात भगवान शिव सुवर्णमयी लंकेच्या दारात उभे होते!

बद्‌–सुरत

महाराज लुटारू?
महाराज दरोडेखोर?
महाराज वतनदाराचे पुत्र?
                का?
कारण ते तुम्हाला समजत होते केवळ नाममात्र?

     ज्यांनी हिंदुस्थानाला तीनशे वर्षे लुटला,
     त्यांना तुम्ही बादशाही मुकुट घातला,
     लाचारीचा सदरा तुम्ही नेसला,
     अन् आमचा 'राजा' लुटारू झाला?
     हिंदुस्थानाची साधन-संपत्ती तुम्ही ओरबाडली,
     स्वतःला 'हरामी' म्हणताना जीभ का थांबली?

तो काशीविश्वेवर धूळ खात पडला,
तुम्ही मोहरांचा अभिषेक बादशहाला केला,
अन् आमचा राजा 'दरोडेखोर' झाला?

     आया-बहिणींची अब्रू ज्यांनी लुटली,
     शेतकऱ्यांची पिळवणूक ज्यांनी केली,
     समाजाची घडी पार विस्कटवली,
     तरी तुम्ही बादशाहीची चाकरी केली,
     पण आमच्या राजाला खंडणी देताना कुचराई केली!

कोण कुठला इनायत खान (सुरतेचा किल्लेदार)
श्रीमंत व्यापाऱ्यांनो, तुम्ही ठोठावलेत त्याचे दार ?
अरे, शिवाजीराजा तुमचा सख्खा होता,
त्याला घालायचे होते अभिषेक अन् हिऱ्यांचे हार,
भल्या मोठ्या वाड्यांचे बंद केले तुम्ही दार,
तुम्हीच केलात गुलामीचा करार!

अरे, सरस्वतीला या देशातून हद्दपार केले,
उरलेल्या अभिमानाला तुम्ही गंगेत बुडवले,
तीनशे वर्षांपिक्षा अधिक तुम्ही घोर पाप केले,
स्वतःला नेहमी पराभूत मानले!

'चेतना' जागवायला तो 'शिव' दारात उभा होता,
पापक्षालनासाठी 'दानधर्म' करायला तुमचा नकार होता!
आता भोगा आपल्या कर्मांची फळे,
सुरतेचे बदसूरत होणे तिच्या नशिबी उरले,

शत्रूने जरी मंदिरांवर हल्ले केले
आमच्या राजानं सर्व धर्मस्थळांना अभय दिले!

स्वराज्याची परिभाषा शिकवायला तो आला,
मनावर दगड ठेवून 'तो' सुरत लुटून गेला,
हिंदुस्थानाच्या पूर्वजांना ज्यांनी बेघर केला,
धर्माच्या नावाखाली देशात हैदोस घातला,
त्यांचा सगळा कर लुटायला आमचा राजा आला!

हिंदू संस्कृती सहिष्णू होती
हिंदू राजाची म्हणून गरज होती,
दूध मागणाऱ्यास 'खीर' द्यायची आमची वृत्ती होती,
महाराजांना 'दरोडेखोर' म्हणणा-यांनो,
तुमची 'सुरत' आज लुटली होती...

२८ जॉर्ज ऑक्सेंडन

१८५७मध्ये हिंदुस्थान स्वातंत्र्य हरला
इंग्रजांना एवढा शिरजोर कोणी होऊ दिला ?
हिंदुस्थान ते युद्ध हरला
कारण तो शिवरायांची गोऱ्यांविषयीची धोरणे साफ विसरला,
स्वतःला गुलामगिरीत पुन्हा लोटून बसला!

सुरतेमध्ये महाराज तांडव करत होते,
ब्रिटिशांचे झेंडे तरीही दिमाखात फडकत होते,
महाराजांनी जाणून-बुजून दुर्लक्ष केले होते,
तसेही गोऱ्यांचे चार अधिकारी तुरूंगात खितपत होते!

जॉर्ज ऑक्सेंडननी त्याची सुरतेतली वखार राखली होती,
जरी अर्धीअधिक सुरत जळत होती,
गोऱ्यांची ताठ मान तशीच होती,
राजांनी रोगाची 'लक्षणे' आधीच ओळखली होती!

जॉर्ज आणि सहकाऱ्यांचे करावे तेवढे कौतुक कमी होते,
शिवाच्या तांडवातून स्वतःला राखले होते,
प्रसंगी कंपनीसाठी मरण पत्करायला ते तयार होते,
खुद्द औरंगजेबालादेखील त्यांचे कौतुक वाटले होते!

त्यांना भरमसाठ नजराणे द्यायचे आदेश दिले,
पण 'कंपनी'ला त्याचे शून्य फायदे होते,
उलट व्यापारी सवलती मिळणे गरजेचे होते
औरंगजेबाने पण एक वर्ष जकातमाफीचे परवाने दिले!

हिंदुस्थानाचे भविष्य तेव्हाच लिहिले गेले
जेव्हा जॉर्जने कंपनीचे भले बघितले!
महाराज असेपर्यंत गोरे महाराष्ट्रात गप्प बसले,
जसे राजे परमधामास गेले,
साऱ्या हिंदुस्थानाचे भविष्य फिरले,
अन् भारतीय भाषांना दुय्यम स्थान मिळाले!

तीर्थरुप शहाजीराजे

अंकुराचा महावृक्ष केव्हा होतो ?
जेव्हा सूर्य, जमीन अन् पाणी यांचा मेळ घडतो!
ऐसा येक महावृक्ष महाराष्ट्री जन्मला,
जिजाऊ आणि शहाजीराजांच्या पोटी तो आला!
शहाजीराजे तो प्रदीप्त सूर्य होता,
अधिक तळपता सूर्य तो घडवत होता!
जिजाऊ होत्या सुपीक माती,
स्वराज्याचा विचार होता ते स्वतंत्र पाणी!

मोत्यासारखी माणसे शहाजीराजांनी धाडली जणू अंकुरास खतपाणी,
शहाजीराजांचे मोलाचे सल्ले जशी पिकाची निगराणी,
वारंवार सावधानीचे इशारे जशी ठिकठिकाणी बुजगावणी,
लवकरच वटवृक्षाला स्वराज्याची गोड फळे लागली!
अचानक सूर्याला राहूने गिळले,
शिवरायांवर दुःखाचे ढग चालून आले,

जिजाऊसाहेब निर्धारानं सती निघाल्या
पुत्राच्या लक्ष विनवण्यांनंतर माघारी वळल्या,
काळाआड गेला तरी तो सूर्य समाधानी होता,
एक अतिप्रदीप्त सूर्य त्याने घडवला होता!

या रांगड्या पित्याचे मन कधी कोणा कळाले?
लेकराला सिंहासनावर बघायचे तेवढे राहून गेले!

राजेश्री शहाजीराजे भोसले यांना मानाचा मुजरा!

पितृछत्र अकस्मात हरपले,

राजांना अपार दुःख जाहले,

राजांचे मन कारभारात रमत नव्हते,

पण स्वराज्य वाढवणे गरजेचे होते,

आदिलशाही खवासखान स्वराज्यावर चालून आला,

मुधोळचा 'बाजी घोरपडे' त्याच्या साथीला होता,

पित्याला कपटानं कैद करणारा बाजी जिवंत होता,

अफजलखान मारला, तर मुस्तफाखान अल्लाला प्यारा झाला होता!

पित्याचे 'श्राद्ध' घालणे गरजेचे झाले,

मुक्तीसाठी बाजीला कापणे निकराचे बनले,

मुधोळास जायची तयारी बाजी घोरपडे करत होता,

महाराज त्याला नरकात पाठवायचे योजत होते!

अकस्मात राजे मुधोळवर चालून गेले,

बाजीनं चवताळून प्रत्युत्तर दिले,

अखेरीस राजांनी बाजीला गाठले,

दोघांमध्ये घनघोर तलवार-युद्ध रंगले!

राजांना कैदेत पडलेले वडील आठवले,

तापट मुद्रेने घोरपडेला एका घावात संपवले,

बाजीचे सारे कुटुंब कापून काढले,

नशीब थोर म्हणून दोन लहान पुत्र वाचले!

स्वकुळातल्या माणसाला बाजीनं कैद केले,

जिजाऊच्या पुत्राने त्यास ठार मारून वेढे घेतले,

आज पित्याचे खरे श्राद्ध झाले,

कैदेत टाकणारे सारेजण आज नरकात गेले!

(टीप : शहाजीराजांना दगाफटक्याने मुस्तफाखान, अफजलखान व बाजी घोरपडे यांनी कैद केले होते. जिजाऊंचा या तिघांवर भयंकर राग होता.)

३१

कुरटे बेट

शिवराय, सह्याद्री आणि समुद्र अखेरीस एकत्र आले,
तीन ऊर्जांचा संगम अन् स्वराज्य बहरले,
या तीन तत्त्वांनी मिळून आपले भाग्य पालटवले,
हिंदुस्थानाच्या इतिहासाचे ते सारे सोनेरी पान बनले!

सह्याद्रीनं राजांना सागरापाशी नेले,
सागराचे महत्त्व राजांनी लागलीच ताडले,
त्यांच्या गरूडी नजरेस 'कुरटे' बेट आढळले,
अन् सिंधुदुर्गाचे येणे पक्के झाले!

परकीय शक्तींस जबरदस्त हादरे बसले,
शिवयुगाचे सोनेरी युग चालू झाले,
दुर्गउभारणीचे काम जोमाने चालू झाले,
शिसाबरोबर शिवतेज ओतायला लागले,
गोड पाण्याचे साठेदेखील बेटावर सापडले!

सुरतेचे सोने बांधकामासाठी वापरले,
स्वतःवर उधळण्यासाठी ते थोडीच होते लुटले?
किनारपट्टीच्या त्रस्त लोकांमध्ये बळ एकवटले,
कोकण-प्रजेने राजांचे आभार मानले!

समुद्राचे अन् राजांचे काय हितगुज झाले?
माझे सिंधुदुर्गाला कैक वेळा विचारून झाले,
समुद्राच्या भरतीनंदेखील मौन बाळगले,
'राजे' ज्याला तुम्ही उमजले त्याच्या आयुष्याचे सोने झाले!

मिर्झाराजे जयसिंग

राजपुतान्याचा सूर्य एकाएकी ढगाआड गेला,
तो रुसला, चिडला, हरला का फसला ?
कळायला कुठलाच मार्ग नाही उरला !
चंद्राला तो इतका का घाबरला ?
ग्रहणातून कधीच बाहेर का नाही आला,
क्षात्रतेजाला इतक्या सहज का विसरला ?

राणा प्रतापांचा पराक्रम व्यर्थ गेला,
परकीयांच्या चाकरीत राजपूत गढून गेला,
स्वकीयांवर एका आदेशावर वार करून आला !

दख्खनमध्ये आज नवीन सूर्य जन्माला आला,
चंद्राला उपग्रह असल्याचा राग अनावर झाला,
रामचंद्राच्या वंशजास, प्रतिरामाला पकडायला पाठवला !

प्रभू श्रीरामा, तू आज गप्प का बसलास ?
कुशवाह घराण्याचा क्षत्रिय, भावाला संपवायला निघाला,
हनुमाना, तू तरी थांबव रे त्याला
अरे, भावाला संपवण्यात कसला पुरुषार्थ आला ?

राजे, आता सावध पावले उचला,
औरंगजेब आता चांगलाच पेटला,
महादेव जरी तुमच्या पाठीशी असला
तरी त्याचाच एक भक्त तुम्हाला बेड्या घालायला आला...

मिर्झाराजे जयसिंग (पुरंदर)

मिर्झाराजे औरंगाबादेस आले,
शहजादा मुअज्जमनं त्यांचे स्वागत केले,
एकंदरीतच शहजाद्याचे कारभाराशी वावडे होते,
त्यातून सेनापतीपद त्याच्याजवळ होते,
भरीसभर म्हणून दिलेरखानाचे बिनसले होते!
मिर्झाराजे चांगलेच वैतागले,
मोहिमेच्या आखणीवरून दिलेर आणि त्यांच्यात वाद झाले,
बादशहाची खप्पामर्जी नको म्हणून मिर्झाराजांनी नमते घेतले!
देव-देविकांना खुश करण्यासाठी मिर्झाराजे होमहवन करत होते,
शिवाजीराजांना अटक करणे हे एकमेव ध्येय होते!

शंकर भगवानदेखील त्रस्त झाले,
त्यांचे भक्त मूर्तिभंजकांचे गुलाम बनले,
भगवा राखणाऱ्याचे हात कापायला मिर्झाराजे निघाले!
मिर्झाराजे खानासकट पुरंदरास धडकले,
गडाला वेढा द्यायचे पक्के झाले,

कुतुबुद्दीनला जुन्नरला धाडले,
इहतशामखानास पुण्यात ठेवले,
अनेक गावांमध्ये मुघल सैन्य घुसवले,
आखीव-रेखीव योजना बनवून मिर्झाराजांनी फास घट्ट आवळले!

ठरल्याप्रमाणे मोगलाई स्वराज्यात घुसली,
अन् सारी गावे बेचिराख होऊ लागली,
पण पुरंदर ताठ मानेनं उभा होता,
नाईक किल्लेदार त्वेषानं लढत होता,
पुरंदरवर एक 'वाघ' मिशांवर ताव मारत होता,
खानाला धडा शिकवण्यासाठी आतुर झाला होता!

तीन बलाढ्य तोफांमुळे पुरंदर चांगलाच भाजला,
इकडे धाकला वज्रगड घायकुतीला आला!
वज्रगड पडल्यावर पुरंदरची काही खैर नव्हती,
त्या 'वाघाची' चिंता दिवसागणिक वाढत होती,
अखेरीस, वज्रगड पडला,
अन् पुरंदर तोफांच्या टप्प्यात आला!

कालभैरव (मुरारबाजी आणि सातशे)

दिलेरखान चिकाटीनं पुरंदराशी लढत होता,
पुरंदरचा हर एक दगड आता शत्रूशी झुंजत होता,
मराठ्यांच्या चिकाटीला नशिबानं हरवलं,
अन् सफेद बुरूज अखेरीस ढासळला,
गनिमानं तिथून काळ्या बुरूजावर हल्ला चढवला,
मुरारबाजी नावाच्या वाघाला तो हल्ला नाही सहन झाला,
दिलेरखान आक्रमणाच्या नवीन युक्त्या शोधत होता,
मुरारबाजींच्या डोक्यात धाडसी डाव शिजत होता,
पाच हजार पठाण बालेकिल्ल्याच्या दिशेनं धावले,
मुरारबाजींनी बेडरपणे सरदरवाजा उघडला!

पठाणांच्या लाटेवर कालभैरव कडाडून कोसळला,
ठिणगीनं रानाचा घास घ्यायचा बेत पक्का केला,
सुलतान ढवा उधळून लावायचा बाजींनी चंग बांधला,
सातशे मावळा गनिमांची मुंडकी छाटू लागला,
पठाणांना कापत बेहोश मुरार छावणीत घुसला,
कालभैरव दात विचकत खानाला शोधू लागला,

छावणीत एकच हलकल्लोळ माजला,
मुरारच्या समोर जो आला तो थेट नरकात गेला!

दिलेरखान कालभैरवाला बघून सर्द झाला,
वाघाला लांडग्यांमध्ये सामील व्हायचा सांगावा धाडला!

महाराष्ट्राचा हर एक मावळा आता बदलला होता,
फंदफितुरीचा फास त्यानं केव्हाच जाळला होता,
महाराजांच्या परीसस्पर्शाचा तो परिणाम होता,
स्वराज्यातील हर एक गडी आता वाघ होता!

मुरारबाजी दिलेरकडे बघून थुंकला,
त्याच्या रोखानं तलवार परजत धावला,
दुर्दैवाने दिलेरला बाण सापडला,
खचकन् बाजींच्या नरड्यात तो घुसला,
राजांचा आणखीन एक 'बाजी' पडला,
जाताना पाचशे पठाण नरकात पोहोचवून आला,
खानाला अस्सल मावळी मसाला चाखायला मिळाला,
तोंड पेटल्यावर पाणी प्यायचा मरहट्ट्यांचा रिवाज नव्हता!

तह

एका राजपुताने स्वराज्याची धूळधाण उडवली,
खेडी जाळली, गावे पेटवली, सारी पिके कापून काढली!

महाराजांचे काळीज काळजीनं फाटत होते,
जगदंबेचे नामस्मरण करत चित्त एकाग्र ठेवत होते,
पोरास व प्रजेला मुघल छळत होते,
तिला वाचवणे आता राजांचे प्रमुख उद्दिष्ट होते,

तह करण्याचे सर्वांनाच इष्ट वाटले,
सांडणीस्वार मिर्झाराजांकडे रवाना झाले,
महाराजांनी साध्या तहाचे यत्न केले,
संभाजी पुत्रास मनसबदारीसाठी पुढे केले,

मिर्झाराजे मुत्सद्दी राजकारणी होते,
राजांचे सारे 'डाव' ते जाणून होते!
अखेरीस महाराजांना 'शरण' जाणे भाग होते,
राजांना थेट भेटायला मिर्झाराजे कचरत होते,
पण आमचे राजे कपटी नव्हते,
हिंदुस्थानाचे 'संस्कार' ते कोळून प्यायले होते,

मिझर्‍याराजे शिवरायांची 'योग्यता' ओळखण्यात कमी पडले,
योग्यतेचे स्वागत करण्यात त्यांनी हात आखडते घेतले,
चेहर्‍यावर 'हसू' ठेवत ते राजपुताला भेटले!

दीर्घकाळ वाटाघाटी चालू होत्या,
एक पुत्र मातृभूमीचा लिलाव तर दुसरा पुत्र
तिला राखण्याचे यत्न करत होता,
२३ किल्ले अन् चार लाख होनांचा प्रदेश मुघलांना मिळाला,
१२ किल्ले अन् एक लाख होनांचा प्रदेश मनसब म्हणून राजांना दिला,
आदिलशाहीवर आक्रमणासाठी राजांना फौजफाटादेखील दिला,

खुद्द शिवाजी राजा आज एक मुघल सरदार होता,
काळरात्रीचा फास घट्ट होत होता,
राजांच्या संयमाचा काळ सुरू झाला होता,
जिजाऊपुत्र लवकरच जगाला मराठ्यांची ताकद दाखवणार होता,
राखेतून उत्तुंग भरारी कशी घ्यायची हे शिकवणार होता!

महाराज

स्वराज्याच्या कथेचा मध्यंतर झाला,
सूर्याला ग्रहणाचा शाप लागला,
महाराजांनी मुघलांशी तह केला,
आऊसाहेबांना काळजीनं पोखरून टाकला!

महाराजांचे चित्त तरीही अचल होते,
तूर्तास ते संयम बाळगून होते,
लढवय्या पुरंदर शत्रूला देताना सर्वांचे मन गहिवरले,
भगवा उतरताना महाराजांनी त्यास वंदन केले!

राजकारणाच्या पटावर महाराजांची अग्निपरीक्षा होती,
जगदंबेच्या नामस्मरणाची महाराजांना साथ होती!

एक मनसबदार म्हणून दिल्लीस जाणे राजांना पटत नव्हते,
तूर्तास ते टाळण्याचे कारण सापडत नव्हते,
शिवाने हलाहल पचवले,
शिवराया आता तुला अपमान पचवायचे होते,
उत्तुंग भरारीसाठी तुला क्षणभर खाली यायचे होते,
बेफाम वादळ तूर्तास थंडावले होते,
अरबी समुद्रात ते रेंगाळले होते,

मिर्झाराजे मिशांवर ताव मारत होते
महाराज भविष्याचा वेध घेत होते,
मिर्झाराजे राजांना मुघली रिवाज शिकवत होते,
शंकराला अभिषेक घालायचे महाराज योजित होते!

मुघलांनो, ज्याच्याशी तुम्ही तह केला ते 'वादळ' होते
त्या वादळाला हे मातीच्या आप्र्याला घेऊन चालले होते,
अग्नीला वाळलेल्या अरण्यात सोडत होते,

राजे लवकरच दिल्लीस रवाना होणार होते,
युवराज संभाजी त्यांच्यासमवेत होते!

औरंगजेब, तुला हा 'महाराष्ट्र' च इथे गाडणार होता,
आमचा राजा तुझ्या दरबारी 'डरकाळी' फोडणार होता!

पराभव आणि फक्त पराभवच

अशक्य वाटणारी विजयश्री खेचून आणणारे,
अवाढव्य गनिमाला चुटकीसरशी लोळवणारे,
अचाट पराक्रमांचा इतिहास घडवणारे,
आज फक्त 'पराभूत' होत होते आमचे 'मरहट्टे'!

विजापुरी मुलखांवर महाराज मुघली सरदार म्हणून लढले,
महाराजांनी फक्त पराभवच चाखले,
दिलेरखानाचे मस्तक त्यामुळे चांगलेच फिरले,
राजांचा खून पाडण्यासाठी त्याचे हात सरसावले,
मिर्झाराजे होते म्हणून राजे सुरक्षित राहिले!

महाराजांना कपटाचा वास आला,
पन्हाळगड घ्यायचा बेत मिर्झाराजांना सांगितला,
दिलेरखानापासून लांब जाण्याचा निर्णय,
मिर्झाराजांनीदेखील तत्काळ मंजूर केला!

राजांनी मोठ्या ताकदीनं पन्हाळगडावर हल्ला चढवला,
पण पुन्हा एकदा पराभव झाला,
दुष्काळात तेरावा म्हणून की काय,
नेताजी पालकर मदतीस नाही पोहोचला,

स्वराज्याचा पराभव झाला,
सह्याद्रीचा पराभव झाला,
सरसेनापतींचा (नेताजी पालकर) पराभव झाला,
स्वाभिमानाचा पराभव झाला,
स्वकीयांनी राजांना पराभूत केला!

हरला नव्हता तो राजांचा विवेक,
हरला नव्हता तो राजांचा संयम,
हरला नव्हता तो राजांचा आत्मा,
असंख्य मानापमान झेलून,
जिव्हारी लागणारे पराभव पचवून,
हरला नव्हता राजांचा दृढ निश्चय,
ध्यानस्थ होता राजांचा उद्रेक,
पण जागा होता जिजाऊचा लेक!

ते बारा किल्ले

तारांगणे कोसळली,
नक्षत्रे आज ढासळली,
ध्रुवाची पार माती झाली,
किरणे क्षणार्धात लुप्त झाली,
तरीही स्वराज्याची ती बारा रत्ने चकाकत राहिली!

समुद्रपातळी वाढली,
गंगानदी पार आटली,
अरण्ये भस्मसात झाली,
तरीही स्वराज्याची ती बारा रत्ने चकाकत राहिली!

साम्राज्ये संपली,
सिंहासने कोलमडली,
अब्रूची लक्तरे टांगली,
माणुसकी गायब झाली,
तरीही स्वराज्याची ती बारा रत्ने चकाकत राहिली!

महाराजांची स्वारी दिल्लीला निघाली,

न कळवता काही किल्ल्यांची भेट घेतली,

चोख व्यवस्था बघून राजमुद्रा प्रसन्न पावली,

'एकनिष्ठ' माणसांनी आज कमाल केली,

अटकेपार झेंडा रोवायची तयारी चालू झाली!

ते सारे होते म्हणून आमची इज्जत वाचली,

ते सारे होते म्हणून आमची शान अबाधित राहिली,

ते सारे होते म्हणून आज सुखाची झोप मिळाली,

ते सारे होते म्हणून भगव्याची झळाळी कायम राहिली,

ते सारे होते म्हणून आम्हाला जगण्याची ताकद मिळाली,

ते सारे होते म्हणून कवी प्रणवला 'शिवकाव्य' लिहायची संधी मिळाली!

त्या तमाम ज्ञात-अज्ञात लोकांना, ज्यांनी स्वराज्य उभे राहण्यासाठी जिवाचे रान केले, त्यांना माझे शतशः नमन...

जिजाऊसाहेब

तिचा एकमेव पुत्र निघाला,
तिचा लाडका नातूसुद्धा निघाला,
तिचा थोरला पुत्र मारला गेला,
पती तिच्यापासून दूर निधन पावला!

तरी या महान बाईचा धीर नाही खचला,
तिचा कणखरपणा तरीही कायम होता,
तिच्या मायेचा झरा किंचितही नाही आटला,
तिच्या दुःखाला समजणारा फक्त शिवबा होता!

ती महाराष्ट्राची माऊली होती,
ती सामान्यांची माऊली होती,
ती कैलासाहून फार मोठी होती,
तिच्या विचारांना सागराहून मोठी खोली होती,
ती जन्मतःच अत्यंत कुशाग्र होती,
ती स्वराज्याची प्रेरणा होती!

प्राणाहूनी प्रिय तिचा पुत्र दिल्लीला निघाला,
पृथ्वीमातेला विचारा तिचा आकांत कुणी ऐकला का?
जिजाऊमातेला कितीदा नमन करू?

तिचे आभार कितीदा मानू?
तिला आदर कशाप्रकारे दाखवू?
या स्त्रीचा अभ्यास मी कसा करू?
तिला कोणत्या विशेषणांनी सजवू?
मन अचंब्यानं भरून जाते,
कुठून जन्म घेतात अशी थोर माणसं?
कधी सांगाल का मला अशी ठिकाणं?
कोणीतरी दाखवा मला ती शक्तीस्थळं,
एकदा मन भरून बघायची आहेत मला ही व्यक्तिमत्त्वं!

४०

महाराज आणि औरंगजेब

स्वदेशी आपण परकं असावं?
स्वदेशी आपण पोरकं असावं?
स्वदेशी आपण पारतंत्र्यात असावं?
याहून अधिक कमनशीब कोणाचं असावं?

औरंगजेब पन्नाशी पार झाला,
आणि हिंदुस्थानाचा पुत्र तिथे हजर झाला,
का? का? आणि का?
राजांना कैक इंगळ्या डसल्या,
मी माझ्याच भूमीत परकीय का?
कोण कुठले हे मुघल,
नाचतात आमच्या छाताडांवर,
शाही सोहळे करतात आमच्या मातृभूमीवर!

आमचा राजा नजर रोखून होता त्या तखतावर,
जरी गेला होता राजकारण्याच्या इच्छेखातर,
स्वाभिमान बाळगून होता छातीवर!

घाबरणे त्यांच्या रक्तात नव्हते,
पळूण जाणे त्यांना माहिती नव्हते,
शस्त्र खाली टाकणे माऊलीनं शिकवले नव्हते!
राजा वादळासारखा येऊन धडक त्या तख्ताला
खिळखिळं करून सोड त्या दिल्लीला,
शंभूला शिकव तांडव करायला,
ती वेळ दूर नाही जेव्हा बादशाही उरेल नावाला!

मुहाराज सर्व सोहळा बघत होते,
लांडग्यांचे कळप मोजत होते,
शंभूराजाला नीट समजावत होते,
'धडक' कशी मारायची ते कदाचित सांगत होते.

औरंगजेबानं राजांचा अपमान करण्याचा प्रयत्न केला,
एक प्रचंड मोठा ज्वालामुखी फुटला,
आमचा राजा औरंगजेबावर गुरकावला
बादशहाला सारा डाव उमजला,
'ये सिवा यहाँ क्यों आया?
बादशहानं राजांना नजरकैदेत ठेवला,
तिथेच तो बाजी कायमची हरला!

औरंगजेब

मुत्सद्दी अन् राजकारणी,
बेडर अन् अभिमानी,
क्रूर अन् पाताळयंत्री,
संशयी स्वभाव त्याचा मोठा वैरी!

राजांच्या रूपानं मोठे राजकारण आले दरबारी,
कोत्या मनाच्या औरंगजेबानं खाल्ली माती,
मनाचा मोठेपणा दाखवायची संधी त्यानं सोडली,
धर्मांधतेपोटी पायावर कुऱ्हाड मारली,
अवगुणांनी बादशाही पार खिळखिळी केली!

चूक केली महाराज आणि राजपुत्राला कैदेत टाकायची,
राजांना कीव आली औरंगजेबाच्या नीच स्वभावाची,
अस्सल हिऱ्याला याला ओळखता आले नाही,
खुशमस्कऱ्यांसाठी म्हणे होता तो रत्नपारखी...

त्याच्या स्वभावामुळे शत्रूंची एकजूट झाली,
नेताजी पालकरांची विनाकारण वाताहत केली,
महाराजांनी औरंगजेबाची भविष्यात झोप उडवली,
शंभूराजांनी नंतर त्याची धूळधाण केली,
नक्की त्याला काय मिळाले? त्याचे त्यालाच माहिती,
सोन्याची लंका स्वहस्ते बुडवली!

मुबलक प्रमाणात होती सुख-संपत्ती,
पण सद्गुणांना अवगुणांची नजर लागली,
धर्मवेड्या औरंगजेबानं राजांची योग्यता नाही ओळखली,
नियती दार ठोठावत होती,
अवगुणांमुळं नेमकी तेव्हाच औरंगजेबाला गाढ झोप लागली होती...!

ग्रहण

आणि सूर्याला गिळायचे पक्के झाले,
चारही दिशांचे अंधार एक झाले,
स्वराज्याचे रोपटे उपटायचे ठरले,
दीर्घकालीन संघर्षाचे बीज अखेरीस रोवले,

राजपुतांचे वचन कसोटीला लागले,
विश्वासाला कायमचे तडे गेले,
मिर्झाराजांचे डोळे आज उघडले,
अंतर्गत कलहाला तोंड फुटले!

काय राजकारण साधायचे होते,
अन् बादशहानं भलतेच आक्रित केले,
महाराजांसारख्या असामीला अपमानित केले,
सूर्याचे मोठेपण यांना कधी न कळ्ळाले!

सूर्याला अधिक प्रखर होण्यास भाग पाडले,
सूर्याला प्रदीप्त करून सांगा कोणाचे भले झाले,
शिव आता 'तांडव करणार' हे विधिलिखित बनले,
रोपट्याचा 'महावृक्ष' करायचे राजांनी ठरवले!

रेती हातातून निसटली

आग्रा-दिल्लीमध्ये बातमी पसरली,
सगळीकडे घोर चिंता दाटली,
शिवाजीनं काळी जादू केली,
तो अन् त्याची मंडळी क्षणार्धात 'गायब' झाली!

ते सांगताना अनेकांनी हनुमंतांची शपथ घेतली,
शिवाजीची सावली उडताना कित्येकांना दिसली,
बादशहाची मती पूर्ण गुंग झाली!

ज्या खोलीत सूर्यकिरणदेखील विचारून आत येई,
वारा बादशहाला विचारून वाही,
प्राणवायू जिझिया कर चुपचाप भरी,
तिथून शिवाजी अन् मंडळी यकायक गायब झाली?

महाराजांची एका गोष्टीवर फार श्रद्धा होती,
शक्तीपेक्षा युक्ती श्रेष्ठ होती,
नशिबाच्या द्वाराची चावी त्या श्रद्धेत दडली होती!

महाराजांनी मृत्यूला हुलकावणी दिली,
महाराजांनी बादशाहीला धोबीपछाड दिली,
महाराजांनी दिल्लीला नीती शिकवली,
महाराजांनी सह्याद्रीची शक्ती दाखवून दिली!

भले भले सरदार महाराजांना धुंडाळू लागले,
शंभूराजे ब्राह्मणाच्या घरी मिसळून गेले,
महाराज वेश बदलत पुढे निघाले,
दिल्लीचे वेडे भुयारं शोधत बसले,
अन् एके दिवशी राजे माऊलीसमोर प्रकट झाले,
सारा पराक्रम ऐकून माऊलीला भरून आले,
मनोमन आई भवानीचे आभार मानले,
'शंभू बाळाला लवकर आणा' राजांना सांगितले!

स्वराज्याच्या मातीस राजांचे पाय लागले,
मातीच्या प्रत्येक कणानं महाराजांचे मन वाचले,
तेवीस किल्लेच नाही तर दिल्ली काबीज करायचे मनसुबे ठरले,
सनई- चौघडे, संबळ कसे मनापासून दणाणले,
राजांच्या लाडक्या घोड्यांनी त्यांचे नाचून स्वागत केले,
औरंगजेबाला 'शिवाजी' म्हणजे काय? ते कळाले,
म्हणून कवी प्रणव म्हणतो,
ज्यांनी अशक्य ते सहज शक्य केले,
त्यांचे नाव होते, 'छत्रपती शिवाजीराजे भोसले'!

सादर प्रणाम...

त्या तमाम मंडळींना-ज्यांनी राजांसमवेत राहून हे अशक्य कार्य केले-महाराजांच्या जागी त्या खोलीत झोपलेले हिरोजी फर्जंद व त्याचे पाय चेपत बसणारा मदारी मेहतर यांच्या धाडसाला त्रिवार अभिवंदन. दोघेही त्याच रात्री बाहेर जायचे कारण सांगून तिथून पसार झाले.

शंभूराजांना सांभाळणारे कृष्णाजी त्रिमल यांना प्रणाम.

महाराजांचे दोन सहकारी रघुनाथ बल्लाळ कोरडे आणि त्र्यंबक सोनदेव डबीर हे नेमके दिल्लीत सापडले व त्यांचे बादशहानं अतोनात हाल केले पण ते राजांशी एकनिष्ठ राहिले, त्यांना नंतर सोडण्यात आले.

 सूर्यास्त

राजांनी औरंगजेबाला चारीमुंड्या चीत केले,
बादशहाचे राजधानीत हसे झाले,
कोणावर तरी राग काढणे आता गरजेचे बनले,
मिर्झाराजांच्या पुत्राला (रामसिंह) दोषी ठरवले,
मिर्झाराजे दख्खनमध्ये अजूनही लढत होते,
अपयशानं त्यांना चांगलेच घेरले होते,
राजे निसटल्याचे त्यांच्या ऐकिवात आले,
'पुरंदरचा तह' संपल्याचे त्यांनी ताडले,
पुत्राची मनसब गेल्याचे त्यांना अतीव दुःख झाले,
स्वामीनिष्ठेचे किडके फळ त्यांना मिळाले,
पण बंडाचे रक्त आजदेखील उसळत नव्हते,
बादशहाला लाचारीचे आणखी एक पत्र पाठवले,
शिवाजीराजांना त्यात हीन कुळाचे म्हटले,
बादशहाच्या मर्जीसाठी मतीला विकायला ठेवले,
बादशहानं सर्व पत्रांकडे साफ दुर्लक्ष केले,
मिर्झाराजांना आता नैराश्यानं ग्रासले,
परकीयांना आयुष्यभर कुर्निसात घातले,
पहारेकरी फुलादखानास सोडून रामसिंहाला लक्ष्य केले,
शिवाजी राजे तहावेळी तेच समजावत होते,

पण मिर्झाराजे गुलामगिरीत लडबडले होते,
राजे अन् मिर्झाराजे जर एकत्र असते,
तर साऱ्या हिंदुस्थानाचे चित्र वेगळे असते,
इतिहासानं क्रांतिकारांना मानाचे स्थान दिले,
गुलामांना नेहमीच चाकर म्हणून संबोधले,
आमचे राजे 'सिंहासनाधीश्वर' जाहले,
मिर्झाराजांसारखे कित्येक आले आणि गेले,
इतिहासात 'बादशाही सेवक' म्हणून संबोधले गेले!

परका

तो होता महाराजांचा एकदम खास
शत्रूच्या गळ्यातला घट्ट फास,
स्वराज्य म्हणजे होते त्याचा श्वास,
राजांसाठी सिंहासन व्हावे हा त्याचा होता ध्यास!

नशिबाचे फासे फिरले अन् होत्याचे नव्हते झाले,
महाराज नाराज व्हायचे निमित्त झाले,
नेताजी पालकरांनी ते मनाला लावून घेतले,
महाराजांना 'वाचायला' ते यावेळी विसरले,
कैलासाच्या शिवाला ते अखेरीस सोडून गेले,
राजे आग्र्यातून सहीसलामत पळाले,
नेताजीला मात्र कैदेत बसावे लागले,
चार दिवसांच्या अनन्वित छळानंतर त्यानं गुडघे टेकले,
धर्मांतरास अखेरीस कबूल झाले,
लगोलग सारे कुटुंब मुसलमान झाले,
एका पत्नीनं मात्र ते टाळले,
नेताजी मुहम्मद कुलीखान बनले,
पळून येण्यासाठीच जरी धर्मांतर होते,
पण बादशहाला सारे ठाऊक होते,
नेताजीला खास निगराणीत ठेवले,

परतीचे मार्ग हळूहळू धूसर होऊ लागले,

एकेकाळचे 'सरसेनापती' आज पाच हजारी मनसबदार बनले,

महाराजांच्या भेटीची इच्छा तरीही बाळगून होते,

कैक वर्षांनंतर पळून जाण्यात यशस्वी ठरले,

महाराजांनी कुलीखानास न ओळखले,

कैक भेटींनंतर राजांनी नेताजीस आपलेसे केले,

कुलीखान पुनःश्च 'हिंदू' झाले,

राजांचे मन खूप मोठे होते,

इतिहासाला ठाऊक नाही, नेताजींचे पुढे काय झाले,

महान योद्धे रणनीतीकार जरी नेताजी होते,

महाराजांना 'ओळखण्यात' चांगलेच कमी पडले!

४६

पुन:श्च हरि:ओम

राजे मृत्यूला हुलकावणी देऊन स्वराज्यात परतले,
कैदेतल्या विचारमंथनानं राजांना नवे मार्ग दाखवले,
स्वराज्याच्या मजबुतीसाठी कैक योजना राबवायचे ठरले,
जनतेच्या भल्यासाठी राजे अहोरात्र खपत होते,
जमिनीची प्रतवारी, मोजणी, तगाई, वसुली अन् धारे,
कशाकशात बदल घडवायचे ते सारे ठरले,
सुलतान फिरोजशाह, बहमनी, गावान, मलिक अंबर,
राजा तोरडमल यांचे प्रभावी नियम कामी आले,
एक अत्यंत अवघड निर्णय घ्यायचे राजांनी ठरवले,
'वतनदारी'ची सुलतानी पद्धत बंद करण्याचे योजिले,
मोठे क्रांतिकारी आणि धाडसी निर्णय ठरले,
अनेक वतनदारांचे धाबे दणाणले!

स्वराज्यप्रेमाची ती अस्सल परीक्षा होती,
पैसा की स्वराज्य यातले एक निवडायची वेळ आली,
देशमुखांची वतने लागलीच नाही बंद केली,
सक्त नियमावली त्यांना जरूर देऊ केली!

प्रजेची पिळवणूक थांबवणे आता सहज शक्य झाले,
'स्वतंत्र राजे' घोषित करणे आता अशक्य होते,
महाराज खरोखरच 'बहुत जनांसी आधारू' होते
जनतेकडून परस्पर-वसुलीचे धंदे बंद झाले,
यातून कुठलेच साधू-संतदेखील नाही सुटले!

वंशपरंपरेची पदे आता नष्ट झाली,
पात्रतेप्रमाणे बढतीची योजना आली,
जाणत्या राजानं वस्तूंची किंमतदेखील ठरवली,
लोभी व्यापाऱ्यांची बोबडी वळली!

कलाक्षेत्रातील लोकांना सुगीचे दिवस आले,
राजे आमचे कलेचे भोक्ते होते,
स्वराज्य आता घडीव आकार घेऊ लागले,
जनतेला नवीन नियम हळूहळू पचू लागले,
बळीराजाचे राज्य आज पुन्हा अवतरले!

जंजिरा

अथांग समुद्राला अचानक एकटे वाटू लागले,
मग विधात्याने समुद्रावर एक बेट साकारले
एका कोळी-राजाला ते फारच भावले,
त्यावर भला मोठा किल्ला बांधायचे त्यानं योजिले,
यादव बुडाले, सुलतान राज्यकर्ते झाले,
पण किल्ल्यावरचे कोळी झेंडे अबाधित राहिले!

पावणे दोनशे वर्षे किल्ला अजेय होता,
रामभाऊ कोळी त्या किल्ल्याचा सध्याचा राजा होता,
एके दिवशी पेरीमखान दोन सिद्दी नोकरांसोबत आला,
व्यापारी भासवून मालासकट किल्ल्यात शिरला,
कोळ्यांना उंची मद्य देऊन नशेत नाचवला,
मोठ्या पेटाऱ्यांमधून सैनिकरूपी माल बाहेर काढला,
अजिक्यदुर्ग मदिरेच्या मोहापायी गनिमाकडं गेला!

१६६९मध्ये राजे चाळिशीच्या आसपास होते,
पण १८० वर्षे सिद्दी जंजिऱ्यावर ताबा ठेवून होते,
मुखिया होता फत्तेखान सिद्दी,
संबूल, कासीम अन् खैर्यत साथीला होते,
मराठे त्यांचे दीर्घकाळ शत्रू होते,
'काफिर' त्यांच्यासाठी फारच क्षुल्लक होते!

हिंदूंचा महादेव अखेरीस जंजिऱ्यावर धडकला,
किनारपट्टीवर मराठ्यांनी अक्षरशः धुमाकूळ घातला,
मावळे आणि हेटकरी सिद्दींना भारी पडले,
सिद्दींचे सातही किल्ले महाराजांनी ताब्यात घेतले,
भेकड सिद्दी वेगानं जंजिऱ्याकडं पळाले,
मराठा आरमार किल्ल्यावर तोफा डागू लागले,
सारे सुर-असुर आकाशी गोळा झाले,
शिवाचे 'तांडव' प्रत्यक्ष बघू लागले!

महाराजांनी जंजिऱ्याच्या उंदरांची पार दैना केली,
मदतीसाठी एकही फट किल्ल्यावरून दिसत नव्हती,
अखेरीस फत्तेखान सिद्दीनं हार मानली,
पण उरलेल्या तिघांनी त्याची रवानगी तुरुंगात केली,
जंजिऱ्यानं पराभवाची कात टाकून दिली,
तिघांनी मिळून किल्ल्याला नवी उभारी दिली!

हाता-तोंडाशी आलेला घास ऐनवेळीस पडला,
जंजिऱ्यावर भगवा फडकावयाचा राहून गेला,
महाराजांनी निराश न होता जहाजांचा तांडा माघारी वळवला,
सिद्दी आज जास्त नशीबवान होता,
जंजिरा स्वराज्यासाठी खूप महत्त्वाचा होता,
पण त्याच्या रचनेमुळं तो आजही अभेद्य होता!

४८

धर्मवेडा राजकारणी

महाराज बादशाही कैदेतून निसटले
अन् बादशहाचे नाक कापले गेले,
परवापर्यंत मुजरे करणारे आज बंड करू लागले,
शिवाजी राजांचे चाहते वाढू लागले,
खास दिल्लीमध्ये हिंदूना बळ आले,
बादशाही फौजसुद्धा 'माणसांचीच' आहे त्यांना कळून चुकले,
औरंगजेबाचे शत्रू तिळातिळानं वाढू लागले,
राजपूतदेखील आता अस्वस्थ झाले,
राजकारणी औरंगजेबाला बंडांचे वास आले,
धर्माचे हत्यार उपसणे आता गरजेचे बनले,
'काफिरांना' दाबणे आता अत्यावश्यक झाले,
मुसलमानांना बळ देणे आवश्यक बनले,
झोपी गेलेले धर्मांध एकदम जागे झाले,
मंदिर, आश्रम, घाट धडाधड फुटू लागले,
हिंदूना अपमानित करायचे प्रकार चालू झाले,
संगीत, कला, नृत्य सर्वांना बाहेरचे रस्ते दाखवले,
औरंगजेबाने धर्मवेडेपणाचे युग आणले,
त्याच्या अनुयायांनी रक्तपात घडवले,

बादशहानं तहाचे कागद कचऱ्यात फेकले,

महाराजांच्या मनी तेच वसत होते,

सारे स्वराज्य अंग झटकून जागे झाले,

चार वर्षांच्या शांततेनं घरादारांचे गोमटे झाले,

महाराजांचे धडाधड आदेश सुटले,

तहातले तेवीस किल्ले घ्यायचे होते,

औरंगजेबानं राजांना पुन्हा एकदा क्षुल्लक मानले,

महाराज मुघलांचा मुलूख काबीज करत सुटले,

लोकांना बळजबरीनं बाटवणे सोपे होते,

लोककल्याणासाठी झटणे तेवढेच अवघड होते,

म्हणूनच आमचे राजे सर्वांपिक्षा सरस होते...!

४९

किल्ले सिंहगड (कोंढाणा)

तहापायी सिंहगड मुघलांना द्यावा लागला,

राजगडीचा राजा रोज हळहळत होता,

सिंहगडाचा ताबा म्हणजे मामुली खेळ नव्हता,

अरण्यात जाऊन सिंहाला बोलावण्यासारखा तो मामला होता,

एखादा रंगेल, धाडसी असामी त्यासाठी गरजेचा होता,

सुभेदार मालुसरेंशिवाय राजांना दुसरा कोणी दिसत नव्हता!

मालुसरेंसारखे अनमोल रत्न स्वराज्याची शान होते,

महाराजांच्या बैठकीतले ते खास पान होते,

मालुसरे म्हणजे दुसरा सह्याद्रीच होते,

हत्तीला अंगावर घ्यायचे सामर्थ्य त्यांच्यात होते,

तान्हाजींनी किल्ले सिंहगड घ्यायचे पक्के झाले,

केवळ 'अशक्य' असे काम तान्हाजींनी निवडले!

राजांसाठी लाखमोलाचा जीव कवडीमोल होता,

सिंहगड त्याच्यापुढं फारच क्षुल्लक होता,

सिंहगडाचा 'जनुकीय आराखडा' तान्हाजींना पाठ होता,

त्यांनी निवडलेला 'डोणागिरीचा कडा' नरकाची वाट होता!

नरकातून वर सरकायचे तान्हाजींनी ठरवले,

शत्रूच्या स्वप्नातदेखील तिथून कोणी नव्हते आले,

तान्हाजींनी निवडलेले दोन शूर मावळे सरसर वर पोहोचले,

वरून सोडलेल्या माळेवरून तीनशे मावळे वर आले,

त्या दोघांचे नाव नोंदवायचे काळोखाकडून राहुन गेले,

पण त्यांना नावापेक्षा किल्ला जिंकायचे पडले होते!

गडावर शत्रूला खबर लागली,

तीनशे भुतं वर आली,

गनिमाची एकच धांदल उडाली,

ही भुतं थेट गडावर कशी आली ?
आसमंत दणाणून गेला,
'हर हर महादेव' च्या आरोळ्यांनी,
सिंहगडी अचानक टोळधाड आली,
सिंहगडावर कालभैरवाची सेना आली,
राजपुतांना समजण्याआधीच त्यांची मुंडकी उडाली,
मराठ्यांनी आक्रमणाची धार लावली !

    राजपूत किल्लेदार उदयभान आणि मालुसरे भिडले,
    पाण्याचे भलेमोठे लोट एकमेकांवर आदळले,
    वार-प्रतिवारांचे मोठे युद्ध चालू झाले,
    शंकराचे भक्त एकमेकांशी झुंजले,

तान्हाजींच्या ढालीचे दोन तुकडे झाले,
डाव्या हातावर वार झेलत वीर मालुसरे झुंजत होते,
विजेच्या वेगाने घाव हातावर आदळत होते,
तान्हाजींच्या डोक्यावर मरण नाचत होते,
राजांचे शब्द तान्हाजींच्या डोक्यात होते,
त्यांना दिलेलं वचन तान्हाजी जाणून होते !

    एक घणाघाती वार उदयभानवर झाला,
    उदयभानाच्या तो वर्मावर लागला,
    तान्हाजींचा वेगामुळे तोल गेला,
    अन् उदयभानानं त्याचा डाव साधला,
    राजांचा सखा तान्हाजी भुईवर कोसळला,
    गतप्राण होऊन उदयभान कैलासवासी झाला !

सुभेदार मरण पावताच सारे मावळे बिथरले,
सूर्याजीने शब्दांचे वार करून सर्वांना माघारी फिरवले,
अन् सूर्याजीला अपेक्षित होते तेच झाले,
मुघलांच्या नशिबाचे फासे फिरले,
शिवकाळाच्या आधीचे मराठे आज नव्हते उरले,
इतिहासाचे नवे पान आज उलगडले,
शंकरराय यादव पडला म्हणून देवगिरीचे कडे कोसळले,

आज सुभेदार पडला पण मावळे गनिमांस कडाडून चावले

अवघ्या तीनशे मराठ्यांनी पंधराशे राजपूतांना लोळवले,
अशक्यप्राय विजयाला खेचून आणले,
राजगडावरून राजे सिंहगडाकडे बघत होते,
'माझ्या तान्हाजीला जिता परत आण' म्हणून
आदिमायेला साकडं घालत होते,
सिंहगडावर गवताचे पेंढे पेटवले,
राजांना काय समजायचे ते समजले,
तान्हाजी अन् साथीदारांनी शूरपणाचे वेगळे रूप दाखवले,
गेलेल्या तेवीस रत्नांपैकी एक रत्न परत मिळवले!

सुभेदार धारातीर्थी पडल्याची वार्ता राजगडी आली,
राजांच्या डोळ्यांत अश्रूंनी गर्दी केली,
सुभेदारानं कुटुंबाला नाही, स्वराज्याला आपली वेळ दिली,
या लोकांचे ऋण कसे फेडू याची चिंता राजांना वाटली!

जिजाऊंचे आणखीन एक लेकरू आई भवानीपाशी गेले,
माऊलीचे अश्रू आज थांबत नव्हते,
मालुसऱ्यांची पोरं अन् पत्नी ताठ मानेनं उभे होते,
महाराजांनी अपार द्रव्यानं त्यांना कणखर केले,
शिवकाळात फक्त आणि फक्त वीर जन्माला आले,
काळ्या मातीची अब्रू ते जीवापाड जपत होते,
पैशानं जरी बादशहा इतरांना विकत घेत होते,
पण 'स्वराज्य' फक्त आहुतींमधून घडत होते
केवळ आमच्या राजासाठी सारी सुखं त्यागत होते,
केवळ स्वराज्यापायी जिवाची बाजी लावत होते!

मालुसरे जरी धारातीर्थी पडले,
हजारो वीरांना प्रेरणा देऊन गेले,
अटकेपर्यंत मराठे उगाच नाही पोहोचले,
असंख्य बलिदानांमध्ये त्याचे कारण होते दडले!

(टीप : सूर्याजी – तान्हाजी मालुसऱ्यांचा धाकटा भाऊ)

भगव्याची ताकद

सिंहगड जिंकला पण आमचा नरवीर पडला,
स्वपराक्रमानं भगवा दिमाखात फडकवत ठेवला!

राजपुत्र राजारामांचा जन्म झाला,

महाराजांना दुःखातून दिलासा मिळाला,

पुत्र पालथा जन्माला आला,

अन् अंधश्रद्धांना कोंब फुटला,

महाराजांनी तो कल्पनाविलास ताडला,

'बादशाही पालथी घालील' राजांनी राजगडाला दिलासा दिला!

सिंहगडानं भगव्याला विजयाचा हार घातला,

मुघलांवर राजांनी एकेक बाण सोडला,

पुरंदर गेला, कल्याणला बडवला,

वऱ्हाडी मुलूख साफ केला,

भिवंडीला नेस्तनाबूत केला,

लोहगड, हिंदोळा सर केला,

कर्नाळा ताब्यात घेतला,

राजांनी स्वतः माहुलीवर हल्ला चढवला,

पहिला प्रयत्न फसला पण पुढल्या खेपेस सर केला,

पुणे, विसापूर, वज्रगड,

सुपे, राजमाची, चाकण,

इंदापूर, औस, तुंग-तिकोणा,

अवघ्या मुलुखावर भगवा फडकला

बादशहा औरंगजेब चांगलाच हवालदिल झाला,

हर एक मुघल सरदार जहागिरी टाकून पळाला,

आणि औरंगाबादेत भलताच तमाशा चालू झाला,

शहजादा मुअज्जम आणि दिलेरखानाचा झगडा ऐन रंगात आला,

ज्यास समेट करण्यास बादशहानं पाठवला,

तो तिथे जाऊन आगीत तेल टाकून आला,

बादशहानं कपाळाला हात लावला!

शिवरायांनी मुघलाईस सुरूंग लावला,

चालू असलेल्या अनागोंदीचा भरपूर फायदा उठवला,

दार्‌उल हज म्हणजेच सुरतेकडे राजांनी पुन्हा मोर्चा वळवला,

सुरतेला पुन्हा एकदा बदसूरत करायचा चंग बांधला!

सुरत, दिंडोरी आणि लाडांचे कारंजे

पुन्हा एकदा धुळीचे लोट हवेत उडाले,
अन् सुरतेला तिचे जुने चटके आठवले,
सुरतेचा मामुली तट कुचकामी ठरला,
सुरतेचा नवा किल्लेदार किल्ल्यात लपून बसला,
धनिकांचा माज पुन्हा एकदा राजांनी उतरवला,
तार्तार देशाचा राजा (अब्दुल्लाखान) देखील लुटला गेला,
इंग्रजांनी नेहमीप्रमाणं लढाऊ बाणा दाखवला,
पण यावेळेस महाराजांनी त्यांना नजराणा द्यायला लावला,
आगीचे लोळ हव्यासी वृत्तीला खाऊ लागले,
भिकारी काही मिळतेय का ते शोधू लागले,
महाराज अचानक तिस-या दिवशी निघून गेले,
मुघल सैन्य यावेळेस महाराजांच्या मागावर होते,
सुमारे दोन कोटी रूपये राजे घेऊन गेले,
तहामुळं झालेल्या हानीचे उट्टे काढले!

दिंडोरीला मुघल आणि मराठे भिडले,
खासे राजे यावेळी लढाईचे नेतृत्व करत होते,
दोन ताकदवर मल्ल एकमेकांवर आदळले,
मराठ्यांनी मुघलांना जबर हाणले,
दाऊदखानानं अखेरीस माघार घ्यायचे ठरवले,

मराठ्यांना एका मोठ्या लढाईत कमालीचे यश मिळाले,
सुरतेच्या रक्कमेसकट राजे रायगडी गेले,
मोरोपंत पेशवे स्वराज्याची हद्द ब्रह्मगिरीपर्यंत पोचवून आले!

काही दिवसांची विश्रांती अन् महाराज वऱ्हाडात पोहोचले,
लाडांचे 'कारंजे' ठिकाण महाराजांना खुणावत होते,
अमाप संपत्तीने लाडांचे पोट फुगले होते,
चरबी कमी करण्यासाठी महाराज अवतरले,
सुरतेचेच व्यायाम राजांनी लाडांना शिकवले,
कारंजे न पेटवता वार्षिक मिळकतीचे कागद बनवले,
आसपासचे सारे परिसर मराठ्यांनी साफ केले,
मोरोपंत पिंगळे राजांना येऊन मिळाले,
मोरोपंतांनी राजांसमवेत साल्हेरला वेढे घातले,
काही दिवसांतच किल्ल्यावर झेंडे फडकले,
अमाप यश राजांनी खिशात टाकले,
चरबी कमी करण्याचे थोर पुण्यकर्म राजांकडून झाले,
भविष्यातली फार मोठी ताकद राजे तयार करत होते,
'मराठा साम्राज्य' म्हणून ते ओळखले जाणार होते!

बाबर, अकबर अन् जहांगीर,
आणि त्यांच्यासम अनेक वेडे पीर,
जिंकू न शकले बुंदेलखंडाचे वीर,
अखेरीस फितुरीचा बसला तीर,
शहाजहान होता बुंदेल स्त्रियांसाठी अधीर!

चंपतराय बुंदेल्याचे पित्त खवळले,
चाकरी करूनही अपमानित व्हावे लागले,
त्यानं शहाजहान विरुद्ध बंड पुकारले,
औरंगजेबानं गोड बोलून स्वतःकडे वळवले,
शहाजहानला गादीवरून फेकून दिले,
औरंगजेबानं गादीवर स्वतःचे नाव कोरले,
चंपतरायला मनसब देऊन बुंदेलखंडात पाठवले,
एक दिवस चंपतरायचे नशीब रुसले,
औरंगजेबाच्या मनात संशयानं घर केले,
औरंगजेबानं सैन्य पाठवून त्याला कापून काढले,
दासी होण्याआधीच पत्नीनं प्राण त्यागले,
तिचे पाचही पुत्र क्षणार्धात पोरके झाले!

त्या पाच रत्नांमध्ये एक अस्सल हिरा होता,
तीक्ष्ण बुद्धी आणि धमन्यांमध्ये पराक्रम होता,
पण क्षत्रिय शब्दाची खरी व्याख्या जाणून नव्हता,
चाकरीला शूरपणा समजत होता,
पंधरा वर्षांचा तो कैक दिवस भटकला,
अखेरीस मिर्झाराजांकडे नोकरीस लागला,
शिवाजी राजांच्या कथा तो ऐकत होता,
त्यांची असामान्य कार्य ऐकून थक्क झाला,
राजांना भेटण्यासाठी तो उतावीळ झाला,
पण तह झाला आणि त्याचा राजा आग्र्यास गेला,

तो दिलेरखानाच्या फौजेत सामील झाला,

सतरा वर्षी यानं मोठा पराक्रम गाजवला,

गोंड राजाचा अजेय किल्ला देवगड त्यानं काबीज केला,

पण दिलेरखानाला मानाचा हत्ती मिळाला,

याचा पराक्रम दाबला गेला,

अखेरीस गुलामगिरीला तो कंटाळला,

महाराजांचे पराक्रम आठवू लागला,

शिकारीच्या नावाखाली तो छावणीतून पळाला,

अनेक समस्या पार करत मराठा छावणीवर पोहोचला,

आगंतुक युवकाचा परिचय महाराजांना चांगलाच ठाऊक होता,

त्याच्या वडिलांचा कटू इतिहास राजांच्या कानावर होता,

उत्तम आदरातिथ्यात त्यास तंबूत आणला,

अनेक दिवस तो राजांच्या वलयात राहिला,

क्षात्रतेजाचा खरा परिचय त्यास झाला,

महाराजांकडे सेवा करण्यास तो उतावीळ झाला,

पण आमचा राजा फार वेगळा होता,

आमचा राजा क्रांतिकारी होता,

आमचा राजा मोठ्या मनाचा होता,

आमचा राजा दूरदृष्टी बाळगून होता,

बुंदेलांचा शूरपणा तो जाणून होता,

राजांनी छत्रसालला स्वराज्याचा मंत्र दिला,

मुघलांना बडवायचा कानमंत्र दिला,

बुंदेलखंडाला स्वतंत्र करण्याचा विचार दिला,

तो वीस वर्षीय युवक नव्या तेजानं भारून गेला,

तो धूमकेतू आज ध्येयानं पेटला,

मातृभूमीच्या प्रेमानं खरा व्याकूळ झाला,

महाराजांच्या व्यक्तिमत्त्वामुळं भारावून गेला,

महाराजांचे आशीर्वाद घेऊन तो निघाला,

बुंदेलखंडावर स्वतंत्र सूर्य लवकरच तळपणार होता,

क्षितिजावर 'छत्रसाल बुंदेला' तलवार उंचावून उभा होता!

साल्हेरचे महायुद्ध

औरंगजेबाचे जळजळीत आदेश सुटले,
दिलेर अन् बहादूरखान स्वराज्यावर आले,
बागलाण, नाशिक, पुण्यावर चढाईचे मनसुबे बनले,
राजांनी ते सारे धोके ताडले,
यावेळेस शत्रूला स्वराज्याच्या तोंडाशीच रोखायचे ठरले,
राजांनी प्रतापराव आणि मोरोपंताना साल्हेरी धाडले,
मराठे प्रथमच चाळीस हजार फौज घेऊन निघाले!

दिलेरखान रवळागडावर चालून गेला,
बारा हजार मराठा खानावर तुटून पडला,
सततच्या डंखांनी खान हैराण झाला,
मराठ्यांना पिटाळण्यासाठी त्यांच्या मागे धावला,
खान भव्य सैन्य घेऊन कणेरागडाशी आला,
तिथं 'रामाजी पांगेरे' नावाचा कालभैरव पायथ्याशी उभा होता,
दिलेरखानाला 'मुरारबाजी' आठवला,
त्यानं कपाळावरचा घाम टिपला,
या 'वेड्या' मराठ्यांचा काही भरवसा नव्हता,
रामाजी फक्त 'सातशे' मावळा घेऊन खानावर चालून गेला,
उघडेबंब काळेकभिन्न देह बघून खान पुरता भांबावला,

गनिमाची भयानक कत्तल करून रामाजी पुन्हा गडावर गेला,
या वेड्यांचा पुरा इतिहास नोंदवायचा राहून गेला,

दिलेरखानाला जबर झटका बसला,
त्याच्या सैन्याचा आत्मविश्वास पुरता ढळला,
इकडे प्रतापराव आणि मोरोपंत एक झाले,
साठ हजार मुघलांवर प्रपातासारखे कोसळले,
आदिमायेला 'हर हर महादेव' चे जयघोष ऐकू आले,
काही शतकांपूर्वी विझलेले आज पुन्हा पेटले,
स्वतःच्या धगीनं मुघलांना चटके देऊ लागले,
आया-बहिणींची अब्रू लुटायची शिक्षा त्यांना देत होते,
तमाम हिंदुस्थानाला धक्के देत जागं करत होते,
मुघलांचे उरले-सुरले अवसान अखेरीस गळाले,
मराठे अक्षरशः वेड्यासारखे झुंजले,
शंकराचे तांडव कैक वर्षांनी हिंदुस्थानात परतले,
बहादूर आणि दिलेरखान पराभूत झाले,
बावनकशी अस्सल यश मराठ्यांना गवसले,
चांदण्याच्या राती आज चंद्राला सुंदर खळे पडले,
या हिंदुस्थानाला 'छत्रपती शिवाजी महाराजांचे' गोड स्वप्न दिसले!

टीप :

साल्हेरच्या युद्धात महाराजांचा जिवलग बालमित्र सूर्यराव काकडे गोळा लागून धारातीर्थी पडला. मराठे प्रथमच मोठ्या सैन्यानिशी खुल्या मैदानात लढले आणि शिस्तबद्ध पद्धतीनं त्यांनी शत्रूला परास्त केले.

मोकळ्या मैदानात शत्रूला अंगावर घ्यायचा आत्मविश्वास मराठ्यांमध्ये आला.

किल्ले पन्हाळा

साल्हेरी मराठ्यांनी मुघलांना पराभूत केले,
तरी दोन्ही खान आसपास फिरत होते,
जमेल तेवढी स्वराज्याची नासधूस करत होते,
निष्पाप लोकांची मुंडकी उडवत होते,
महाराज जमेल तेवढा मुघली मुलूख जिंकत होते,
दोन्ही खानांना माघार घेण्यास मजबूर करत होते,
अखेरीस खानांनी नमतं घेतले,
तहासाठी वकील पाठवले!

विजापूरचा बादशहा मरण पावला,
कमी वयाचा सिंकदर आदिलशहा नवा सुलतान झाला,
खवासखान त्याचा वजीर बनला,
अन् राजांना त्याचा सारा डाव कळाला,
खवासखान राजांचा द्वेष करत होता,
राजांनी दरबारी वकील माघारी बोलावला,
आदिलशाही बरोबरचा तह मोडून टाकला,
सरदार आनंदरावांस आदिलशाही मुलुखात धाडला,
किल्ले पन्हाळा आता महाराजांना हवा होता,
अनाजीपंतांना गड घेण्यास पाठवला,
कोकणबाजूनं (राजापूर) चढाई करण्याचा बेत पक्का झाला!

थेट आक्रमणातून पन्हाळा घेणं शक्य नव्हतं,

वेढा आणि मराठ्यांचं वाकडं होतं,

पंतांनी गडाच्या भोवताली हेर धाडले,

पंत आणि राजांचे पत्रव्यवहार चालू झाले,

धाडसी वीर पाठवायचे पक्के ठरले,

राजांच्या डोळ्यासमोर तात्काळ एक नाव आले,

कोंडाजी फर्जंदशिवाय ध्येयवेडे कोणीच नव्हते,

महाराजांनी कोंडाजीचे खूप सारे कौतुक केले,

दोन सोन्याची कडी, मानाची पालखी अन् वस्त्रे

देऊन मोहिमेचे समजावले,

कौतुकानं कोंडाजीचे मनोबल हजार पटींनी वाढले,

कोंडाजीबरोबर गणाजी आणि मोत्याजीमामांना दिले,

बरोबर हजार मावळे घेऊन सारे निघाले,

कोंडाजीला बघून पंतांना हायसे वाटले,

सर्वांनी खलबताचे चक्र चालू केले,

दो-अडीच महिन्यांनी गड कसा घ्यायचा ते पक्के झाले,

कोंडाजी, गणाजी व मोत्याजीमामांवर गड जिंकायचे काम दिले!

कोंडाजी फर्जंद आणि साठ वीर

कोंडाजीनं फक्त साठ वीरांना निवडले,
पंधराशेंच्या फौजेला वर जाऊन लोळवायचे होते,
केवळ साठ माणसांनिशी ते जमणार होते?
प्रश्न फक्त तुम्हाला आणि मला पडत होते,
कोंडाजीला फक्त गड घ्यायचे पडले होते,
सगळ्यात कठीण, तुटलेला कडा असे काही चढले,
जणू मखमली होते सह्याद्रीचे कडे!
अशा वीरांच्या वर्णनासाठी शब्द माझे शहारले!

'रणशिंग' फुंकून कोंडाजीनं गनिमाला जागे केले,
कोंडाजीला उगाच नाही 'वेडे' म्हटले,
अखेरीस साठांनी पंधराशेंना लोळवले,
गणिततज्ज्ञ गुणाकार अन् भागाकार करत राहिले,
आजदेखील विजयाचे सूत्र न सापडले,
शत्रूंना वेगळ्या प्रश्नानं ग्रासले,
आम्हाला असे वीर का नाही मिळाले?
अरे मूढांनो, कोंडाजीसारखे वीर वेतनासाठी नाही लढले,
स्वराज्याच्या, स्वकीयांच्या भल्यासाठी लढले,
शिवाजीराजांच्या एका आज्ञेवर सारे झुंजले,
गनिमाला ते कधी न समजले,

राजांचे मोठेपण त्यांना न उमगले!
साठ माणसांनिशी मराठे अवघड गड घेत होते,
सहा महिने वेढा घालून ते गनिमाला मिळत नव्हते,
महादेवाचे त्रिशूळ गनिमाच्या छाताडात घुसत होते,
अठरापगड जातींचे ते मिश्रण,
एका 'जादुई रसायनामुळे' एकजीव होते,
त्या जादुई रसायनाचे नाव होते, 'छत्रपती शिवाजी महाराज भोसले'!

५६

तारांगणातले सप्तर्षी निखळले

'सला काय निमित्ये केला?'
महाराजांनी प्रतापरावांस जाब विचारला!

बहलोलखानास धर्मवाट का दिलीत?
गनिमाची नाडी ओळखण्याची चूक का केलीत?

स्वराज्याचे सेनापती, तुमचे खूपच चुकले...
धर्मवाट दिलेले पुन्हा स्वराज्यावर चालून आले,
गनिमाला क्षमा करण्याचे अधिकार राजांकडे होते,
सरसेनापतीकडून अशी घोडचूक होणे राजांना मान्य नव्हते,
अखेरीस व्हायचे तेच झाले होते,
बहलोलखानाने उपकारांना पिकदाणीत थुंकले,
स्वराज्याची नासाडी करणे त्यानं चालूच ठेवले,
'सला काय निमित्ये केला'?
प्रतापरावांना त्यातले मर्म आज कळाले,
प्रतापराव भलतेच उद्विग्न झाले,
प्रतापराव पश्चातापाने दग्ध झाले,
पेटत्या बाणासारखे शत्रूचा परिसर जाळू लागले,
आठ महिने सरले पण बहलोल सापडणे मुश्किल झाले,
महाराजांचे जळजळीत पत्र प्रतापरावांना आले,

'बहलोलखानास बुडवून फत्ते करणे! नाही तर तोंड न दाखवणे!'

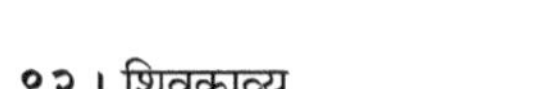

प्रतापराव काय समजायचे ते समजले,
महाराजांचे सवाल थेट होते,
रावांकडे द्यायला जवाब तेवढे नव्हते,
प्रतापरावांना ते शब्द चांगलेच झोंबले,
माझा देव माझ्यावर नाराज आहे,
त्याला 'तोंड न दाखवणे' कसे शक्य होते,
बहलोलखानास क्षमा करून मी खूप मोठे पाप केले,
आता त्याचे मुंडके देवाला वहायचे रावांनी पक्के केले,
रक्तपिपासू वाघासारखे ते खानास शोधू लागले,
हेरांना आकाश-पाताळ एक करण्यास फर्माविले,
आणि एक दिवस खान आणि त्याचे सैन्य नेसरी जवळ आले,
प्रतापराव खबर ऐकून देहभान विसरले,
घोड्यावर मांड टाकून नेसरीच्या दिशेने सुटले,
त्यांच्या मदतीसाठी सहा शिलेदार दौडत निघाले,
सात मराठे आत्मभान विसरले,
सात मराठे सूडाने पेटले,
सप्तर्षी त्यांचे स्थान विसरले!

त्यांना बघून खान बावचळला,
नंतर तो वेडेपणा बघून बेहोश झाला,
खासा सरसेनापती सैन्याविना आला,
कृष्णविवराने मोठा 'आ' केला,
सात ताऱ्यांना कायमचा गडप केला,
स्वराज्याचा सरसेनापती नाहक गेला,
पाठीशी भलीमोठी फौज असून हा 'एकटा' गेला!

५७

राजे आणि सहकारी

प्रतापरावांनी जरी आत्मघात केला,
तरी तो स्वराज्यासाठीच होता
चूक कशी काय झाली हा करडा सवाल रावांना पटला,
देहभान विसरणे हा त्यांच्या व्यक्तिमत्त्वाचा भाग होता
महाराजांना जबरदस्त हादरा बसला,
आपला राव असा वेडेपणा करेल याचा त्यांना अंदाज नव्हता,
पण दुसऱ्या रावानं राजांना दिलासा दिला,
आनंदरावानं कानडी मुलखात उच्छाद मांडला,
बहलोलखान त्याच्यावर चालून गेला,
पेटलेल्या मराठ्यांनी पठाणांना गर्दीस मिळवला,
लाखो होन बरोबर घेऊन राव रायगडी गेला,
महाराजांचा शब्द जिवापेक्षा मोलाचा होता,
'स्व' पेक्षा महाराजांकडे जास्त ओढा होता,
लाखांचा पोशिंदा सर्वांचा लाडका होता,
केवळ राजांसाठी अचाट कृत्ये करायला
या स्वराज्याचा हर एक गडी सदैव तयार होता!

नवयुगाचा आरंभ

महाराष्ट्र होता ज्वालामुखीचा पुत्र,
महाराष्ट्र होता समुद्राचा पुत्र
महाराष्ट्र होता राकट लोकांसाठीचे छत्र,
महाराष्ट्र होता कष्टकऱ्यांचा मित्र!

महाराष्ट्राची माती संतांची,
महाराष्ट्राची माती कलांची,
महाराष्ट्राची माती बळीराजाची,
महाराष्ट्राची माती होती त्यागाची!

एका काळरात्री यादवांची कन्या पळवली,
खिलजीनं यादवसत्ता पूर्णपणे बुडवली,
नंतर कैक लोकांनी प्रयत्नांची पराकाष्ठा केली,
पण महाराष्ट्राची बेडी तशीच राहिली,
एकेकाळची सुवर्णनगरी,
आज गुलामगिरीत निस्तेज होती!

एक शूर क्षत्रिय अखेरीस जन्मला,
लोखंडी बेड्या धडाधड तोडू लागला,
सुलतानांना थेट आव्हान देऊ लागला,

शिवक्रांतीची धग पोहोचली दिल्लीला,
मराठ्यांनी खुल्या मैदानात गनीम मारला,
शेतकरी अन् व्यापारी चिंतामुक्त झाला,
साधू-संतांनी मोकळा श्वास घेतला,
महाराष्ट्रात 'जाणता राजा' जन्मला!

स्वार्थ त्यागून कैक संकटे अंगावर घेत होता,
स्वार्थी लोकांच्या बाजारपेठा लुटत होता,
स्वतःचे आयुष्य मात्र 'योग्यासारखे' जगत होता!

या रांगड्या महाराष्ट्राला एका अलंकाराची गरज होती,
राजेंद्राला एका सिंहासनाची गरज होती,
योग्याला जरी आसनाची गरज नव्हती,
पण रयतेला छत्राची नितांत आवश्यकता होती,
जिजाऊ-माऊली पुत्राला समजावत होती!

काशीवरून गागाभट्टांची मूर्ती रायगडी आली,
अखेरीस शिवरायांना संकल्पना पटली,
महाराष्ट्राला सुवर्णसिंहासनाची भेट मिळणार होती,
कैक शतकांनी सिंहासन घडवायची लगबग चालू झाली,
कैक शतकांनी राज्याभिषेकाची मंत्रपुष्पांजली फुलली,
रायगडाची माती आनंदानं गदगदली,
जिजाऊ-माऊलींची कूस आज धन्य पावली!

अखेरीस स्वराज्याला सुवर्णसिंहासन मिळणार होते,
अरुणानं सात अश्व तयार करून ठेवले होते,
नवे युग महाराष्ट्राचे दार ठोठावत होते,
ललकारीनं तिचे घसे साफ केले होते,
आमचे राजे 'छत्रपती शिवाजीराजे भोसले' म्हणून लवकरच ओळखले जाणार होते!

५९

शिवसभा

अगदी आऊसाहेबांनी ठरविले तसेच झाले,
शिवाला गंगेचा अभिषेक करायचे पक्के ठरले,
रांगड्या सह्याद्रीला सिंहासन मिळाले,
मराठी जनतेला छत्र मिळाले!

शिवरायांनी रायगडाची निवड केली,
रायरीचा रायगड झाल्याची भावना गडास आली,
असा चखोट गड पुऱ्या स्वराज्यात नव्हता,
राजांच्या सुख-दुःखांचा तो साक्षी होता,

राजधानी सजवण्यासाठी माणूससुद्धा योग्य निवडला,
इंदुलकरांचा हिराजी राजांस चांगला वाटला,
हिराजीनं आदेश शिरसावंद्य मानला,
बाह्या सरसावून गडी चित्र रेखाटू लागला,
हिराजीत साक्षात मय असुर आला,
शिवसभा साकारण्यासाठी हर एक गडी कामाला लागला,
अठरा कारखाने, बारा महाल आधीच गडावर बनवले होते,
रायगडाला फुलवणे तेवढे बाकी होते,
शिवसभा (राजसभा) अन् जगदीश्वराचे मंदिर घडू लागले,
उंच घडीव मनोरे व मध्यभागी कारंजे उडू लागले,

सभेच्या प्रवेशद्वारावर भव्य नगारखान्याचे आगमन झाले,
झेंड्यासकट हत्ती जाईल इतके ते द्वार उंच होते!

कदम्ब, बदामी, चालुक्य, शिलाहार,
राष्ट्रकूट, गंगा, चेरा अन् परमार,
होयसळ, चोला, यादव अन् पाल,
काकतीय,सातवाहन, मौर्य अन् चौहान,
सारे अवतरले बघायला शिवसभेचा आविष्कार!

सारा रायगड आनंदात भिजत होता,
बाजारपेठा वस्तूंनी भरल्या होत्या,
सारे कारकून आणि अधिकारी जोर लावून तयारी करत होते,
आमचे राजे शत्रूंवर बारीक नजर ठेवून होते,
प्रतापरावांच्या खरडपट्टीचे पत्र याच काळात लिहिले,
स्वराज्याचे सेनापती राज्याभिषेकास मुकणार होते!

जगदीश्वराचे मंदिर उत्तमरीत्या बांधून झाले,
मंदिर प्रवेशाच्या पायरीवर हिराजींनी लिहिले,

**सेवेचे ठाई तत्पर
हिराजी इंदलकर।।**

स्वराज्याचा हर एक गडी फार नम्र होता,
पायरीवर कुठेतरी कोपऱ्यात नाव कोरत होता,
कारण महाराजांचे 'मोठेपण' तो जाणून होता!

जेष्ठ शुद्ध त्रयोदशी

उत्साहात आज अरुण उठला,

सप्तमृगांच्या रथामधुनी, सूर्यदेवास घेऊन आला,

सह्याद्रीच्या रांगांमधूनी तो डोकावू लागला,

राज्याभिषेकाचा भव्य सोहळा तो पाहू लागला,

मोसमी वाऱ्यांचा वेग आज मंद झाला,

आकाशी ढगांचा मुक्काम वाढला,

रायगड गर्दीनं फुलला,

रायगड आनंदाश्रूंमध्ये भिजला,

स्तुतिवचनांच्या उधळणीत तो नाचू लागला,

तहात तेवीस किल्ले गमावलेला,

आज साडेतीनशे किल्ल्यांचा 'छत्रपती' झाला,

आज महाराष्ट्र स्वतंत्र झाला,

आज महाराष्ट्र विचारवंत झाला,

आज महाराष्ट्र कणखर झाला,

आज महाराष्ट्र बेडर झाला,

आज महाराष्ट्र राखेतून झळाळून बाहेर आला,

आज महाराष्ट्र सिंहासनाधीश्वर झाला!

आज अखेरीस बयेनं दार उघडले,

आज अखेरीस शिवाचे तांडव विसावले,

आज अनंत त्यागांचे सोने झाले,

आज कैक विधवांचे दुःख संपले,

आज अनंत वीर मुक्त झाले,

आज कैक पीडितांना हायसे वाटले,

राजांना योग्य आसन मिळाले,

दिल्लीला रायगडानं चीतपट केले!

महाराजांनी आज इतिहास घडवला,

स्वप्नातीत असा पराक्रम गाजवला,

त्या मग्रूर सुलतानांना विचारा,

खानाच्या तीन बोटांना विचारा,

अफजलच्या किंकाळीला विचारा,

औरंगजेबाच्या दरबाराला एकदा विचारा,

राजा शिवाजी कसा होता ?

आमचा राजा आज छत्रपती होता!

असा इतिहास घडवणे कोणा येरागबाळ्याचे काम नाही,

असा सोनेरी दिवस आणणे कोणा भित्र्याचे काम नाही,

असा राजा घडवणे प्रत्येक माऊलीला शक्य नाही,

असा 'शिव' जन्मणे, प्रत्येक शतकात शक्य नाही!

गरुडानेच थाटात झेप घ्यावी,

वाघानेच जोशात शिकार करावी,

सिंहिणीनेच बछड्यांची काळजी घ्यावी,

हत्तीणीनेच चीत्कारांची आरोळी ठोकावी,

शिवानेच तांडवाची तयारी करावी,

सूर्यानेच किरणांची उधळण पसरावी,

समुद्रानेच अथांगतेची मिजास मिरवावी,

हिमालयानेच उंचीची गुर्मी राखावी,

आमच्या राजानंच सुलतानांची गुर्मी संपवावी,

आमच्या राजानंच आदेशाची बोटं दाखवावी,

आमच्या राजानंच कौतुकाची थाप मारावी,

स्वर्ग जिंकायची हिंमत फक्त मराठ्यांमध्येच असावी,

शिवरायांनीच साऱ्या जगाला दिशा दाखवावी!

टीप : २५ सप्टेंबर १६७४ला महाराजांचा तांत्रिक पद्धतीनेदेखील राज्याभिषेक झाला. आऊसाहेब वैदिक राज्याभिषेकानंतर लगेचच स्वर्गवासी झाल्यानं अनेक लोकांना निश्चलपुरी गोसावींची भविष्यवाणी आठवली. त्यामुळे राजांना गळ घालून गोसाव्यांना बोलावून तांत्रिक पद्धतीचा राज्याभिषेक करण्यात आला. लोकांच्या प्रेमाखातरच राजांनी दोन्ही पद्धतीचे राज्याभिषेक आनंदानं केले. तो सर्वार्थानं रयतेचा राजा होता.

स्वराज्य पोरकं झालं

जाधवांकडून भोसलेकुळी 'ती' आली,
पण स्वतंत्र विचारांची बियाणं तिनं लावली,
पतीबरोबर 'ती' अहोरात्र झटली,
त्याचे स्वतंत्र होण्याचे स्वप्न 'ती' जगली,
काळाची पावले होती वेगळी,
शहाजीराजांची इच्छा अपूर्ण राहिली!

बंगळूरच्या वतनी थुईथुई कारंजी उडत होती,
पण 'तिला' स्वतंत्रतेची आस लागली होती,
आई भवानीपुढं पदर पसरूनी होती,
दुसरे मूल पोटात घेऊन ही शिवनेरीवर होती,
पतीच्या आठवणीनं जिवाची तगमग वाढत होती,
महान निश्चयामुळं ती सारं सहन करत होती,
तीक्ष्ण नजरेनं सारी अव्यवस्था बघत होती,
जाधवांची कन्या भयंकर स्वाभिमानी होती,
भोसल्यांची सून मनानं कणखर होती,
प्रसूतीकळा सहन करत स्वराज्याचे चित्र रेखाटत होती,
पुत्ररत्नाला जन्म देऊन शिवाईदेवीचा आशीर्वाद घेत होती!

योद्ध्याला घडवून ती गेली,
राजकारण्याला प्रखर बनवून ती गेली,
सज्जन पुरुषाला जन्म देऊन गेली,
चतुरस्र व्यक्तिमत्त्वाला साकारून गेली
स्त्रीमधले उपजत गुण ती राजांच्या ओंजळीत ठेवून गेली!

स्वराज्याची सुरूवात ती होती,

स्वातंत्र्याचा हुंकार ती होती,

क्षत्रियधर्माची जननी ती होती,

प्रसंगी हाती तलवार घेणारी ती होती,

मायेनं लेकरांची समजूत घालणारी ती होती,

प्रेमानं सर्वांना खाऊ घालणारी ती होती,

शंभूबाळाला मायेनं वाढवणारी ती फार थोर होती,

तीन 'छत्रपतींना' वाढवणारी पण तीच होती!

ती गेली तेव्हा रायगड हेलावला,

ती गेली तेव्हा भगवा फिका पडला,

ती गेली तेव्हा मातीचा ओलावा संपला,

ती गेली तेव्हा मंदिराचा गाभारा हळहळला,

ती गेली तेव्हा आमचा राजा सुन्न झाला,

ती गेली तेव्हा युवराज तिच्या पायाशी रडला,

ती गेली तेव्हा राजपुत्र राजाराम राजांना बिलगला,

ती गेली तेव्हा स्वराज्याचा हर एक घटक पोरका झाला!

पेडगावचा शहाणा

राजांची माऊली परलोकी गेली,
जाताना कैक सारी रक्कम पुत्रासाठी ठेवली,
आऊसाहेबांची मूक माया सारं काही बोलून गेली,
छत्रपतींची राजकारभाराची लगबग चालू झाली,
कडवट प्याले पचवायची राजांची नियती बनली,
पावसाळी हवेत मोहिमांची गरम पेज शिजली,
दिलेरखान बदलून दख्खनवर बहादूरची नेमणूक केली,
पेडगावास बहादूरगड बांधून त्यानं छावणी बसवली,
महाराजांनी नऊ हजार फौज झुंजायला पाठवली,
फौजेच्या एक अज्ञात इरसाल माणसानं,
दोनच हजार फौज खानावर सोडली,
त्यानं पेटून सारी फौज मराठ्यांवर धाडली,
लुटूपुटूच्या लढाया खेळत मराठी फौज लांब पळाली,
पंचवीस कोस लांब खानाची छावणी एकटी राहिली,
इकडे दडलेल्या सात हजारांनी छावणीच पेटवली,
एक कोटींची रक्कम ताब्यात घेतली,
राज्याभिषेक खर्चाची वसुली केली,
कंटाळून खानाची फौज माघारी आली,
सारी छावणी अग्निदेवानं खाऊन टाकली,
खानाला मराठ्यांची 'अक्कल' चांगलीच समजली,

खजिना तर गेलाच, उरली-सुरली इज्जतही पेटली,
बहादूरखानाला भोवळ यायची बाकी राहिली,
बादशहानं नंतर दिल्लीवरून वेगळी हजामत केली,
छत्रपतींनी त्यांची नजर खानदेशावर वळवली,
बु-हाणपुरापर्यंत मजल मारून स्वारी रायगडावर परतली!

थट्टा

माणसाची सवय फार चिकट,
तिला सोडायची वाट महाबिकट!
अशीच एक सवय बादशहांना होती,
तहास मंजुरी देणे त्यांच्या अभिमानाची गोष्ट होती,
महाराजांना तहाची गोष्ट चांगलीच उमगली होती,
संकट येताच तहाची कुपी फक्त खुली करायची होती!

तो घमघमाट दरवळून भल्याभल्यांची मती गुंग व्हायची,
आणि महाराजांची सत्ता दसपटीनं वाढायची!

'तह' हा शब्द असा काही जालीम असायचा,
अनेक बहादूर खानांचा इलाज तातडीनं व्हायचा,
औरंगजेब अनेक वेळा उपचारास सापडायचा,
तह फक्त एकतर्फी व्हायचा,
महाराजांचा फौजफाटा शत्रूमुलुखात तरीही घुसायचा!

राजांनी 'तह' या शब्दाची खूप थट्टा केली,
अशी थट्टा कैक शतकांत कोणा न जमली,
राजांना अशी गुणकारी औषधी लागलीच सापडली,
'घटकाभर' विश्रांतीसाठी अत्यंत आवश्यक बनली!

दक्षिण स्वारी

शहाजीराजे निधन पावले,
एकोजीराजे जहागिरी सांभाळू लागले,
महाराजांच्या मनी कैकवेळा भेटीचे आले,
पण भावाचे मन आदिलशाहीत गुंतले,
जहागिरीचे वैभव कैक पटींनं वाढवले,
अगदी तंजावरदेखील सहज जिंकले,
तंजावर सिंहासनी राज्याभिषेक करवले,
महाराजांना भेटायचे एकोजीराजे विसरले,
एकोजींचे कारभारी रघुनाथपंत स्वराज्यात आले,
बहुधा एकोजींशी त्यांचे काहीसे बिनसले,
महाराजांशी लागलीच रुजू झाले,
'कर्नाटकी विपुल यश मिळेल' असे पंत म्हणाले,
आजारातून उठलेले महाराज संतुष्ट झाले,
पंतांनी कुतुबशाहीशी बोलणे चालवले,
शहाच्या मादण्णांनी निमंत्रण स्वीकारले,
महाराज जातीनं भागानगरात जायचे ठरले,
पण कुतूबशहानं राजांचे भय खाल्ले,
'अफजला मारिले, तसे आम्हास मारल्यास आम्ही काय करावे'?
राजांचे वकील निराजींनी शपथेवर शहास बळ दिले,
महाराज पंचवीस हजार सैन्यासकट निघाले,
महाराज भविष्यबांधणीसाठी भागानगरास निघाले,
'दक्षिण एकजूट' करण्यासाठी राजे निघाले,
फार मोठा विचार घेऊन छत्रपती निघाले!

पठाणांनी पिडले, मराठ्यांनी वाचवले!

महाराज फौजेसकट भागानगरी निघाले,
विविध गावे, बाजारपेठा न्याहाळू लागले,
वेगळी संस्कृती, भाषा, संस्कार ते अभ्यासू लागले,
कृष्णा, तुंगभद्रेचे मन कसे तृप्त जाहले!

महाराज आले तसे कोप्पळवासीय भोवती जमले,
त्यांचे अभिषेक अखेरीस फळफळले,
दोन विजापुरी सरदारांनी त्यांचे जीवन हैराण केले,
राजांनी सारे गाऱ्हाणे ऐकून घेतले,
पठाणांना वठणीवर आणायचे ठरवले!

हंबीररावांना पठाणांवर सोडले,
कोप्पळवासीय आनंदानं गदगदले,
राजांचे आभार मानून घरी परतले,
रावांनी फौजेत तडफदार तरूण भरले,
नागोजी जेधे अन् धनाजी जाधव शत्रूस लोळवण्यास सज्ज झाले,
हुसेन आणि अब्दुर्रहीमखान मोठ्या फौजेसकट चालून आले,
येलबुर्ग्याशी मराठे टिच्चून उभे राहिले,
तुटपुंज्या मराठा फौजेनं खानाला जबर तडाखे दिले,

हत्तीवरच्या हुसेनला आश्चर्याचे धक्के बसले,

तरण्याबांड पोरांचे वादळ घोंघावायला लागले,

नागोजी अन् धनाजीनं शत्रूला बेजार केले,

उभे पीक कापावे तसे शत्रूला कापून काढले,

हुसेनचे प्राण आता कंठाशी आले,

त्याच्या हत्तीचे स्वतःवरचे भान सुटले

ते बघताच नागोजीनं घोड्याला खानावर घातले,

नागोजीला बघून खानाला स्वर्गाचे दार दिसले,

थरथरत नागोजीवर बाण सोडले,

एका बाणानं नागोजीचे आयुष्य संपवले,

डोळ्याच्या आरपार जाऊन त्याचे मस्तक फोडले,

धनाजीच्या अंगावर शहारे आले,

सर्व शक्ती एकवटून त्यानं खानास कैद केले,

तरण्या नागोजीनं किती सहजपणे बलिदान दिले,

कोप्पळवासियांना जुलमातून मुक्त केले,

रोहिडे खोऱ्याच्या तरुणानं कोप्पळसाठी मृत्यूला जवळ केले,

नागोजीच्या पत्नीनं-गोदूबाईनं सती जायचे ठरवले!

शिवइतिहासाचं मोठेपण अशा बलिदानांत होते,

मिसरुडपण न फुटलेले तरुण जीवाची आहुती देत होते,

राजांची मान गर्वानं ताठ करत होते,

घरादारापेक्षा स्वराज्याला आपले मानत होते,

राजांच्या नावानं 'राजकारण' करावं इतके ते साधे नव्हते,

राजांच्या नावानं 'मोठे इमले बांधावे' इतके ते श्रीमंत नव्हते,

राजांच्या नावानं 'शिवगंध' लावून फिरावं इतके ते गंध स्वस्त नव्हते,

तरूणांनी आज 'जागणे' गरजेचे होते,

नागोजींसारख्या लोकांचे सण साजरे करणे गरजेचे होते,

शिवशाहीचे 'उमगणे' त्यातच दडले होते!

भागानगर (हैदराबाद)

एक अद्भुत पहाट उगवली,
सूर्याला वेगळी चकाकी मिळाली,
राजांची प्रभा सर्वत्र दाटली,
सुलतानशाहीत हिंदवी पताका झळकली!

राजांची पत्रिका सांगू नाही शकली,
कोणालाच भविष्याची वाट नाही दिसली,
महाराजांनी दूरची संकटं आजच ताडली,
भागानगरी आगमनानं भारावून गेली,
भागानगरीची माती आज तृप्त झाली!

हत्तीवरून महाराजांनी नगरी न्याहाळली,
पंचवीस हजार मराठ्यांची त्यांना साथ लाभली,
एका राजबिंड्याला बघायला सारी नगरी लोटली,
नियतीदेखील अखेरीस अवाक् झाली!

दक्षिण एकजूटीची कोनशिला आज रोवली गेली,
कुतूबशहा आणि मंडळी महाल उतरायला लागली,
राजांनी संदेश पाठवून त्यांची पाठवणी केली,
जाणत्या राजानं मोठ्या मनाची चुणूक दाखवली,

महाराजांची मूर्ती दादमहाली पोहोचली,
कुतूबशहानं आलिंगनाची घाई केली,
सर्वांच्या मनात आदरानं गर्दी केली,
कुतूबशहानं महाराजांची दूरदृष्टी वाचली,
कर्नाटक जिंकण्यास सैन्याची मदत केली,
सैन्याच्या खर्चासाठी होनांची बरसात केली,
येसाजी कंकाची शूरता बघितली,
खुद्द महाराजांकडून शौर्यगाथा ऐकली,
राजांविषयीची सारी जळमटं आज दूर झाली,
छत्रपतींनी महिन्यानंतर भागानगरी सोडली,
कर्नाटकावर सारी शक्ती वळवली,
कानडी भागात तिखट मिरची अवतरली!

योगी

महाराज शांत चित्ताने कर्नाटकी निघाले,
कृष्णा व तुंगभद्रा संगमात त्यांचे मन रमले,
हिरव्याकंच अरण्यात राजांचे मन शहारले,
पवित्र आणि सुंदर अशा ज्योतिर्लिंगाकडे ते निघाले,
पूर्वी दाट वनराजीमध्ये श्रीशैल मल्लिकार्जुन विराजमान झाले,
त्यांचेच अंश 'आमचे राजे' दर्शनास आले,
राजे देहभान विसरले!

शरीरांस कर्मांचे होते पडले,
आत्म्याचे शरीर जागीच होते रूतले,
निसर्गदेवतेच्या कुशीत राजे झोपी गेले!

महादेवाची कंपनं ते अनुभवत होते,
आदिमायेला ते पुकारत होते
संपूर्ण शरीराचे अवलोकन ते करत होते!

अखेरीस योग्याला क्षात्रधर्माचे बोलावणे आले,
श्रीगंगेश घाट आणि धर्मशाळा बांधायचे सांगून
जड पावलांनी ते निघाले,
जिंजी बघून छत्रपतींच्या मनी वेगळे विचार आले,

दुसऱ्या राजधानीचा मान द्यायचे पक्के केले,
एका मराठा सरदाराने किल्लेदाराला फितवले,
किल्लेदार नासीरने दरवाजे सताड उघडले,
भगव्या झेंड्याचे आगमन जिंजीत झाले,
फार मोठे राजकारण राजांनी साधले!
वेलोर किल्ल्याशी मराठे झुंजू लागले,
हबशी किल्लेदारानं मराठ्यांना चांगलेच दमवले,
जवळच्या दोन डोंगरांवर राजांनी किल्ले बांधले,
'साजरा' आणि 'गोजरा' राजांनी नामकरण केले,
कानडी मुलुखात मराठीचे आगमन झाले,
वेलोरवर सैन्य ठेवून महाराज पुढे निघाले,
मार्गात अनेक किल्ले ताब्यात घेतले,
शेरखानास नमवून त्याचे मुलूख घेतले,
कै. तीर्थरूप शहाजी राजांचे राजकारण चांगलेच कामास आले,
सावत्र भावास भेटण्यास राजे तंजावरला गेले!

६८

एकोजीराजे

शहाजी राजांचे अपघाती निधन झाले,
पाठीमागे काही पुत्र सोडून गेले,
त्यातले शिवाजी महाराज थोर निघाले,
एकोजीराजे चांगले कारभारी बनले,
वडिलांची जहागिरी सांभाळू लागले,
शिवरायांना मात्र ते विसरून गेले,
महाराज दक्षिण दिशेस आले,
एकोजीराजांनी भेट घ्यायचे टाळले,
महाराजांनी मोठ्या मनाने भेटीचे निमंत्रण दिले,
एकोजींनी मात्र जहागिरीवर बोलण्याचे टाळले,
एके रात्री गुपचूप छावणीतून पसार झाले,
महाराजांना त्या वृत्तीचे वाईट वाटले,
अखेरीस वडिलांची जहागिरी ताब्यात घेण्याचे योजिले,
महाराजांनी कर्नाटकी मुलूख घेणे चालू ठेवले,
अखेरीस एकोजींच्या पत्नीने नमते घेतले,
महाराजांनी एकोजींना जिंजीकडचे प्रदेश देऊ केले,
पत्नीला बेंगळूर, होसकोटे, शिरे, प्रांत दिले,
सर्वांचे गोमटे करून महाराज गदग प्रांती गेले,
बेलवडी गावातल्या देसाईणीने फौजेतले बैल पळवले,
महाराजांनी तिच्या गढीलाच वेढून टाकले,

तरीदेखील तिने मराठ्यांना एक मास झुंजवले,

अखेरीस तिला राजांसमोर पेश केले,

राजांनी तिच्या हिमतीचे कौतुक करून तिला माफ केले,

महाराजांनी रायगडाकडे कूच केले,

देसाई बाईने महाराजांना थोर मानले,

यादवाड गावात ठिकठिकाणी राजांचे शिल्प कोरले,

रघुनाथपंत कर्नाटक सुभा सांभाळू लागले,

कावेरीच्या तीरी भगवे झेंडे पोचले,

महाराजांनी मराठी पिढ्यांचे भविष्य कोरले!

(एकोजीराजे- महाराजांचे धाकटे सावत्र भाऊ
एकोजीराजांच्या पत्नीचे नाव- दीपाबाई)

६९ वज्राघात

महाराज कर्नाटकी स्वराज्य वाढवत होते,
रायगडी भलतेच राजकारण शिजत होते!
सोयराबाईंना युवराज मनी खुपू लागले,
काही कारभाऱ्यांनी आगीत तेल ओतले,
राजाराम जरी होते धाकले,
छत्रपतीपद त्यांनाच द्यायचे पक्के ठरले,
तख्तासाठीचे भांडण शिवराज्यातदेखील उगवले,
युवराज या सामान्य राजकारणाने पार मेटाकुटीला आले,
रायगड सोडून युवराज शृंगारपुरी पोहोचले,
अध्यात्माकडे मन वळवण्याचे प्रयत्न चालू केले,
दिलेरखानाने युवराजांशी पत्र व्यवहार सुरू केले,
'तुम्ही आमचेच' खानाचे गोड शब्द बोलू लागले,
युवराजांनी सारे खलिते दुर्लक्षित केले,
राजांच्या सांगण्यावरून युवराज कुटुंबासहित सज्जनगडी गेले,
सळसळत्या रक्ताला वैराग्याचे पाठ बेचव लागले,
शिवपुत्राचे मन राजकारणाने कटू बनले,
रायगडावरून महाराजांना अर्धसत्य कानी पडले,
राजांचे खलिते युवराजांना जाऊ लागले,

    हिमालयाएवढे बनणे युवराजांना केवळ अशक्य वाटले,
    दिलेरखानाचे 'गोड' शब्द कानी रुंजी घालू लागले,
    प्रतिविश्व घडवायचे युवराजांनी पक्के केले,
    मुघलांची लायकी जाणूनसुद्धा युवराज त्यांना मिळाले,
    रायगडावर भूकंपाचे जोरदार हादरे बसले,
    सगळ्यांच्या देखत राहूने सूर्याला गिळले,
    आईविना वाढलेले युवराज जिजाऊप्रेमाला मुकले,
    महाराज कर्नाटकी अन् युवराज लांड्यांना गवसले,
    स्वतःचे राज्य घडवायला युवराज बाहेर पडले,
    पण मुघलांची रीत ते 'आज' साफ विसरले...!

अन् ग्रहण सुटले

युवराज मुघलांना मिळाले,
अन् महाराजांचे चित्त कायमचे भंगले,
ठिकठिकाणी त्यांनी हेर पेरले,
युवराज दिलेरखानाबरोबर मोहिमेवर गेले,
भूपाळगडावर खानाचे सैन्य धडकले,
मराठ्यांनी कडाडून त्याचे चावे घातले,
अखेरीस त्यांचे युवराज तिथे उभे ठाकले,
त्यांच्या तलवारीचे अवसान क्षणार्धात गळाले,
युवराजांवर वार करण्याचे सामर्थ्य कोणी ना दाखवले,
त्यापेक्षा मरण जास्त सोपे वाटले,
किल्लेदारानं गडाचे दरवाजे मुकाट उघडले,
भूपाळगडावर मुघली निशाण फडकले,
खानानं सातशे मावळ्यांचे हात कापले,
गडाला पार बेचिराख करून टाकले,
खानाने आता आदिलशाहीवर सैन्य सोडले,
राजांचे मराठे तात्काळ मदतीला धावून गेले,
आदिलशहानं राजांचे मनापासून आभार मानले,
युवराज अन् खानानं तिकोण्यास प्रस्थान केले,
तिथल्या प्रजेवर अनन्वित अत्याचार चालू झाले,
बायका-पोरांनी विहिरीत उड्या मारून जीव दिले,

　　युवराजांचे संस्कारी मन जबरदस्त खवळले,
　　खानाला जाब विचारण्यास ते शामियानात गेले,
　　तुम्ही कोण ?... खानानं युवराजांना पुसले,

स्वराज्याचे युवराज निरुत्तर झाले,
आपली घोडचूक झाल्याचे त्यांच्या लक्षात आले,
प्रतिविश्वाचे मनसुबे पार उधळले गेले,
औरंगजेबानं युवराजांना अटक करण्याचे आदेश दिले,
नशिबानं युवराजांना ते आधीच कळाले,
महाराजांच्या हेरांनी युवराजांना आश्वस्त केले,
संभाजीराजे कुटुंबासह विजापुरी गेले,
तिथून मजल दरमजल करून पन्हाळगडी पोचले,
महाराज तातडीनं त्यांना भेटायला आले,
युवराजांनी त्यांचे मन मोकळे केले,
कैक वर्षांनंतर पिता-पुत्र एकांतात बोलले,
पुत्राचे हळवे मन पित्याला चांगलेच जाणवले,
महाराजांनी स्वराज्याचे दोन भाग करायचे ठरवले,
'कर्नाटकाचे राज्य तुम्ही सांभाळा' महाराज म्हणाले,
त्या शब्दांनी युवराजांचे काळीज फाटले,
स्वराज्य म्हणजे आपल्या पित्याचे शरीर,
त्याचे दोन भाग करणे म्हणजे... छे!
युवराजांनी ठामपणे 'नाही' असे उत्तर दिले,
महाराजांचे मन त्या निःस्वार्थ स्वभावाने भारावले,

युवराजांनी राजारामांना छत्रपती करण्यास सांगितले,
महाराजांची सेवा करण्याचे मनसुबे सांगितले,
महाराजांनी युवराजांना अलिंगन दिले,
स्वराज्याला भविष्यात प्रगल्भ छत्रपती मिळाले,
महाराजांना युवराजांचे अपार कौतुक वाटले,
रायगडावरचे वादळ अखेरीस शांत झाले,
'संभाजी शिवाजी भोसले' या रत्नाला आज खास पैलू पडले!

...आणि योगी निघाले

एका तपस्व्याचे या पृथ्वीवरी येणे झाले,
अन् आदिमायेचे घर पोकळ झाले,
महाराष्ट्राकडे तपस्व्याचे लक्ष गेले,
शिवनेरीवर जन्म घ्यायचे त्याने ठरवले!

सकल जनांचे भाग्य उजळले,
स्वातंत्र्याचे दार किलकिले झाले,
सुराज्याचे वारे वाहू लागले,
तपस्व्याने भौतिक जगाला कवटाळले!

नानाविध संकटांचे येणे झाले,
शंभर चिंतांनी घोर लावले,
स्वकीयांनीच वाईट चिंतिले,
पण तपस्व्याचे लक्ष्य अढळ राहिले!

सर्व जनांसाठी त्याने येणे केले,
रयतेच्या सुखासाठी स्वतःला झिजवले,
प्रसंगी मृत्यूला थेट आव्हान दिले,
त्याने हे सारे कशासाठी केले?

सत्तेसाठी? पैशासाठी? सिंहासनासाठी? नाही हो!
तुमचे-माझे गोमटे व्हावे एवढेच त्याला हवे होते,
आपले नशीब थोर म्हणून राजे या देशी जन्मले!

आदिमायेला आज एकटे वाटू लागले,
तपस्व्याला तिने थेट सांगितले,
राजांनी पन्नासाव्या वर्षी जग सोडले,
आदिमायेला तिचे पोर अखेरीस बिलगले,
बये, पण आम्हाला पोरकेपण आले,
पुत्राला तू फार लवकर बोलावलेस,
मयूर सिंहासनाला एकटेपण आले!

राजे भव्य पराक्रम करून गेले,
इतिहासाचे मोठे पान लिहून गेले,
अचाट दिव्यकर्म करून गेले,
महाराष्ट्राला खूप काही देऊन गेले,
सह्याद्रीला गडालंकारात सजवून गेले,
समुद्राला सिंधुदुर्गाची भेट देऊन गेले,
सुरतेला कायमचा धडा शिकवूनी गेले,
मुद्द्यांना जिवंत करून गेले,
शिवगंधाला तेज देऊन गेले
माझ्यासारखे 'भक्त' घडवून गेले

आमचे लाडके छत्रपती परलोकी गेले,
शिवकाव्याचे शब्द आज संपले...!!!

त्रिवार मुजरा!!!

नमन

शब्द अस्पष्ट जाहले, देवा तुझ्या चरणांपाशी,

श्वास तुटले शिवराया, तुझ्या पराक्रमापाशी,

मतीचे अविचार संपले योग्या तुझ्या बुद्धीपाशी,

अश्रू नकळत ओघळले राजे, तुमच्या समाधीपाशी!

माझे शब्द जिथे मावळले,

तिथे तुमचे अवतारकार्य चालू जाहले,

असेन मी जरी आंधळा भक्त,

योग्य देवाला निवडायचे श्रेय मला मिळाले!

आमच्यासारख्या सामान्यांना जगण्याचे कारण दिलेत,

मंदिरातल्या देवाला अभिषेकाचे कवच दिलेत,

आया-बहिणांना मुक्त फिरायचे स्वातंत्र्य दिलेत,

माझ्यासारख्या करंट्याला माणसांत आणलेत!

आम्हाला फार लवकर सोडून गेलात,

मयूर सिंहासनाला पोरकं ठेवून गेलात,

रायगडाला कायमचे अस्वस्थ करून गेलात,

आमच्या शंभूराजाला एकटे सोडून गेलात!

तुम्ही केवळ इतिहास नाही, आम्हा हातांवर भाग्यरेषा काढलीत,

तुम्ही केवळ इतिहास नाही, आम्हा हातांवर जीवनरेषा काढलीत,

तुम्ही फक्त गुलामगिरीच नाही, आमची साडेसाती संपवलीत!

शिवकाव्य। ११९

आजही अवकाशी तुम्हाला शोधतो,
तिथेही 'स्वराज्य'च घडवलं असणार!

आजही नक्षत्रसमूह बघतो,
तुमचे वेडे वीर तुमच्यासमवेत असणार!

आजही नवीन ताऱ्याचा जन्म ऐकतो,
नवा छत्रसाल बुंदेला जन्मला असणार!

आजही माझा जन्म अभ्यासतो,
तुमच्या आशीर्वादासाठी रोज तरसतो!

तुमच्या मुद्रेचे तेज एकदा बघायचे आहे,
कैक जन्म घ्यायची माझी तयारी आहे!

हा 'हिंदुस्थान' नव्या युगासाठी तरसत आहे,
रायगडी शेवटचा दगड तुमची आठवण काढत आहे,

राजे, तुमच्या दर्शनासाठी सारे थांबले आहेत,
तुमचे येणे आता लवकर योजावे,
अक्षौहिणी सेनेला मार्गदर्शन करावे,
जगाला भगव्याची गरज आहे,
भगव्याला 'श्रीमान योगींची' कमी आहे...

७३ वादळ

एक भयंकर मोठं वादळ जन्मलं,
महासागराच्या तळाशी ते प्रकटलं!

सह्याद्रीच्या आवाक्याबाहेरचं ते होतं,
सुलतानांना आवरणारं नव्हतं!

विजांच्या थैमानानं त्याला वाढवलं,
धरणीमायेनं त्याला अंगावर खेळवलं!

ढगांच्या गडगडाटासह ते अवतरलं,
तुफानी ताकदीनं ते थैमानाला सज्ज झालं!

महासागराचं मन कसं कौतुकानं भरून गेलं,
धरणीचं अंग कसं अभिमानानं थरारलं!

वादळ जेव्हा पहिल्यांदा घोंघावलं,
तेव्हा खरं सांगू?
इतरांचं त्याच्या वेगाचं गणित खासं चुकलं!

चिक्कदेवरायाला विचारा कसं वाटलं?
जेव्हा आमच्या राजानं वाहत्या नदीत घोडं टाकलं!

वेड्यांनो, ते महासागराचं अपत्य होतं,
धरणीचं (आऊसाहेब) गोंडस लेकरू होतं,
आज्ज्याचं अधिक धारदार रूप होतं
चुलत्याचं नाव धारण करून ते आलं होतं

त्या उग्र वादळाचं नाव काय विचारता?
प्रत्येक मराठ्याच्या हृदयावर ते कोरलं होतं!
शिवगंध वादळाच्या कपाळी होतं
शिवतांडव आत्ता कुठे रंगात आलं होतं
भस्म लावून ते बघायचं मात्र लक्षात ठेव गड्या
'छत्रपती संभाजी शिवाजी भोसले'
त्या वादळाचं नाव होतं!!!

लेखक परिचय

प्रणव लेले (वय ३७) यांनी रसायनशास्त्रात (Organic Chemistry) पदव्युत्तर शिक्षण पूर्ण केले असून सध्या ते स्वतःचा व्यवसाय सांभाळत आहेत. भटक्या प्राण्यांच्या विश्वात त्यांनी विशेष काम केले आहे. सध्या ते दहा भटकी कुत्री आणि पाच भटक्या मांजरींना रोज उच्च दर्जाचं खाणं आणि औषधोपचार पुरवतात. व्यवसाय वाढीबरोबरच ते कामगारांच्या मानसिक आणि शारीरिक आरोग्याकडे विशेष लक्ष पुरवतात, तसेच आजूबाजूचा परिसर हिरवागार होण्यासाठी ते विशेष आग्रही असतात.

ऑक्टोबर २०२२मध्ये त्यांनी कामगारांच्या अर्धा एकर पडीक जमिनीवर २२० औषधी वनस्पती लावून निसर्गला एक भेट देऊ केली. हा उपक्रम त्यांच्या आयुष्यातील एक महत्त्वाचा घटक आहे. लहानपणापासून त्यांना वाचनाची विशेष आवड आहे. ऐतिहासिक कांदबऱ्या वाचनाकडे त्यांचा कल आहे. अध्यात्म, पुनर्जन्म आणि मानसशास्त्रात त्यांचा अभ्यास आहे. वाचनाबरोबर भटकंती, पाककला, लेखन, क्रीडा, चित्रकला असे इतर छंद आहेत. त्यांना शरीरसौष्ठव आणि योगासनाची आवड आहे.

पुरातन भारतीय संस्कृतीविषयी त्यांना आदर आहे. हिंदू आणि वैदिक परंपरा या दोहोंवर त्यांचा अभ्यास सुरू आहे. ते वैश्विक ऊर्जेला (आदिमाया) उच्चस्थानी मानतात आणि शिवाला तिचे पूर्ण रूप समजतात. त्यांचे 'दवबिंदू' आणि 'प्रपात' नावाचे कवितासंग्रह प्रकाशित असून 'शिवकाव्य' हा त्यांचा तिसरा काव्यसंग्रह आहे. छत्रपती शिवाजी महाराज हे त्यांचे आराध्य दैवत आहे. सध्या पुणे शहरात त्यांचे वास्तव्य आहे.
(Insta ID : @pranav_explorer)